കമലവിലാസ് കൺമഷി

Nadakkavu, Kozhikode, Kerala, 673011
www.insightpublica.com
e-mail: insightpublica@gmail.com

Kamalavilas kanmashi
Author
Maya Natesan
(Malayalam)
First Edition: August 2024
Copyright © Reserved
All rights reserved.
Printed and Published by
InsightinPublica Printers & Publishers Pvt. Ltd.
ISBN: 978-93-5517-742-1

All Rights reserved. No Part of this Publication may be reproduced,
stored in a retrieval system, or transmitted, in any form, or by any means,
electronic, mechanical, photocopying, recording or otherwise,
without the prior permission of the publisher

കമലവിലാസ് കൺമഷി

മായ നടേശൻ

എറണാകുളം ജില്ലയിൽ ചേന്ദമംഗലത്തിനടുത്ത് പുത്തൻവേലിക്കര യിൽ പുത്തത്തറ വീട്ടിൽ പി.എസ്. നടേശന്റെയും സുലോചനയുടെയും മകളായി ജനിച്ചു. ഇരിഞ്ഞാലക്കുട സെന്റ് ജോസഫ് കോളേജിലും മാല്യങ്കര എസ്സ്.എൻ.എം. കോളേജിലുമായി കലാലയ വിദ്യാഭാസം. ഗ്രാമവികസന വകുപ്പിൽ നിന്നു വിരമിച്ചു.

ഭർത്താവ്   : എ.ജി.ഷാജി

മകൾ   : ആരതി റോഷൻ

ഇമെയിൽ വിലാസം: mayanatesan@gmail.com

ഫോൺ   : 9497789211

വിലാസം   : അമ്മഞ്ചേരിൽ വീട്, അഞ്ചുമാവ്,

                   ഇളന്തിക്കര പി ഒ

ഉള്ളൊഴുക്കുകൾ

സി.എസ്. മീനാക്ഷി

മായയുടെ ഓർമ്മക്കുറിപ്പുകൾ വായിച്ച നിറുത്തിയതേയുള്ളൂ. അപ്പോ ഴാണറിഞ്ഞത്, പുറത്ത് മഴ കോരിച്ചൊരിയുകയാണ്. തിളങ്ങുന്ന മരത്ത ലപ്പുകൾ കാറ്റത്ത് നൃത്തമാടുകയാണ്. ഞാനൊന്നുമറിയുന്നില്ലായിരുന്നു. അകത്തെ വർഷമടങ്ങിയിട്ടില്ലല്ലൊ. മനസ്സിലെ ആരവമൊതുങ്ങിയി ട്ടില്ലല്ലൊ. കണ്ണാടിയിലെന്ന പോലെ ഞാനെന്നെ കണ്ടുകൊണ്ടിരി ക്കുകയായിരുന്നല്ലൊ. ഒരേ കാലത്ത് ബാല്യകൗമാരയൗവ്വനങ്ങൾ അനുഭവിച്ച പെൺജീവിതങ്ങൾ ഈ ജീവിതസന്ധ്യയിൽ പരസ്പരം കെട്ടിപ്പുണരുകയായിരുന്നല്ലൊ.

മായ പിറന്നുവളർന്ന സ്ഥലം – പുത്തൻ വേലിക്കര - മൂന്നു ഭാഗവും വെള്ളത്താൽ ചുറ്റപ്പെട്ട ഒരു ഉപഭ്രഖണ്ഡമാണ്. ച്ചുഴ്ഴകിടക്കുന്ന ആ ജലരാശി മായയുടെ ജീവിതത്തെ, ജീവിതത്തോടുള്ള മനോഭാവത്തെ, തന്നെ തൊട്ടു നിൽക്കുന്നവരുമായുള്ള ബന്ധങ്ങളെ എല്ലാം സ്വാധീനി ച്ചിട്ടുണ്ട്. ഈ എഴുത്തിലും ആ ഒഴുക്ക് കാണാം. മനസ്സിന്റെ ഉള്ളറകളിൽ നിന്നുമൂറി വരുന്ന ഓർമ്മകൾ വാക്കുകളായി പരിണമിക്കുകയാണ്. അവ ചിലപ്പോൾ മഴയായി പെയ്യുകയും പുഴയായൊഴുകുകയും കടലാ യിരമ്പുകയും പ്രളയമായി കലമ്പുകയും ചെയ്യുന്നു. നമ്മളും ആ ഒഴുക്കിൽ, തിരയടിയിൽ ചിലപ്പോഴൊക്കെ നിലയില്ലാതെ പെട്ടുപോകുന്നു.

പിന്നോട്ടു പായുന്ന ഓർമ്മകൾ തട്ടിനിൽക്കുന്നത് അനക്കമറ്റകിടക്ക ന്ന അമ്മയുടെ അരികിൽ നിന്നും നാലുവയസ്സുകാരിക്ക് കിട്ടുന്ന കണ്മഷി ച്ചെപ്പിലാണ്. ആ ചെപ്പ തുറന്ന് ഒഴുകിവരുന്ന ഓർമ്മകളിൽ ആദ്യത്തെ കരിവണ്ടി യാത്രയുണ്ട്. ഭംഗിയുള്ള പ്ലാസ്റ്റിക് ഷൂ ഉണ്ട്. മുടിവെട്ടലുണ്ട്. എഴ ത്തെഴുതലുണ്ട്. അച്ഛന്റേയും അമ്മയുടേയും കല്യാണഫോട്ടോവിൽ തങ്ങ ളില്ലല്ലോ എന്നു പരിഭവിക്കുന്ന പേരക്കുട്ടികളിൽ നിന്ന് സീൻ കട്ട് ചെയ്യ്

ഫ്ളാഷ്ബാക്കിലെത്തുന്നത് താൻ പങ്കെടുത്ത സ്വന്തം അച്ഛന്റെ കല്യാ ണത്തിലേക്കാണ്. അങ്ങിനെ ദൃശ്യാത്മകമായ ചലച്ചിത്രസമാനമായ ഒരു കഥപറച്ചിൽ രീതിയാണ് ഈ പുസ്തകത്തില്യടനീളം കാണാനാ കുന്നത്.

ജീവിതത്തിന്റെ അകവും പുറവും അങ്ങോട്ടമിങ്ങോട്ടും വേലിയേറ്റി റക്കങ്ങൾ പോലെ ഒഴുകുന്നു. ഇതിൽ പെണ്ണിന്റെ ഉൾജീവിതത്തിന്റെ കൗതുകങ്ങളും അനുഭൂതികളും ആനന്ദങ്ങളും ആകാംക്ഷകളും ആശങ്കക ളും ഭീതികളും തുളുമ്പിനിൽക്കുന്നുണ്ട്. ആർത്തവം, ലൈംഗികതയെക്ക റിച്ചുള്ള കൗമാരകൗതുകങ്ങൾ, പെണ്ണുകാണൽ, വിവാഹം, പിന്നീട്ടുള്ള പങ്കപ്പാടുകൾ, രോഗാവസ്ഥ, പ്രസവം, മോളുടെ പ്രസവം, എന്നിങ്ങനെ ജീവിതചക്രം ചുറ്റി വട്ടമെത്തുന്നുണ്ട്. താനാള കൊള്ളാമല്ലാ എന്ന് സ്വന്തം തോളിൽ തട്ടൽ, സാരമില്ലെന്നേയ് എന്ന് സ്വയം ആശ്വസിപ്പി ക്കൽ, വാങ്ങൽ ഇല്ലാതെ കൊടുക്കൽ മാത്രമുള്ള ബന്ധത്തെക്കുറിച്ചുള്ള ആത്മഗതങ്ങൾ എല്ലാം വളരെ സ്വാഭാവികമായാണ് മായ ചെയ്യുന്നത്.

അതേ സമയം ഔദ്യോഗിക ജീവിതം, മലവെള്ളം വരൽ, കോവിഡ് കാലം, തിരഞ്ഞെടുപ്പ്, 2018ലെ വെള്ളപ്പൊക്കം എന്നിങ്ങനെ പുറം ലോകവുമായി ബന്ധപ്പെട്ട അനുഭവങ്ങളും അറിവുകളും തിരിച്ചറിവുക ളും തന്മയത്തോടെ സ്വതസിദ്ധമായ നർമ്മബോധത്തോടെ ഇതിൽ വിവരിക്കുന്നുണ്ട്.

'കുഞ്ഞിപ്ലാവിനെ ആദ്യമായി കെട്ടിപ്പിടിച്ചതും, വേഗം വലുതാവ് പെണ്ണേ എന്നാദ്യമായി ചെവിയിൽ സ്നേഹം പറഞ്ഞതും ഞാന്തന്നെ. അത് കേട്ട് പുളകിതയായി, താങ്ങാനുള്ള ശേഷിയില്ലാഞ്ഞിട്ടും അക്കൊല്ലം തന്നെ കന്നികായ്ച്ച് അപ്പെണ്ണെന്നെ തിരിച്ച് പുളകമ ണിയിക്കയും ചെയ്തിരുന്നു.'

'വെള്ളം വന്ന പോലെ തന്നെയങ്ങിറങ്ങിപ്പോയി, ആരോട്ടുമൊന്നും പറയാതെ തന്നെ പോയി.'

'അനാഥമായി അലഞ്ഞുതിരിഞ്ഞു നടക്കുന്ന പശുക്കളെ എല്ലാ വീട്ടുകാരും ചേർന്ന് പരിപാലിച്ചു. എല്ലാവീട്ടിലെയും കഞ്ഞിവെള്ളവും കാടിവെള്ളവും ഒരേ പാത്രത്തിലേയ്ക്കെത്തി. ഒറ്റപ്പാത്രത്തിൽ കറന്നെ ടുത്ത പാൽ എല്ലാ വീട്ടിലേക്കുമെത്തി.'

എന്നിങ്ങനെ തനിക്ക് ചുറ്റുമുള്ള സകല ചരാചരങ്ങളോടുമുള്ള സ്നേഹം നിറഞ്ഞ സമഭാവന മായയുടെ ചില പദാവിഷ്കാരങ്ങളിൽ

മിന്നി നിൽക്കുന്നുണ്ട്.

ഈ കുറിപ്പുകളിൽ സന്നിഹിതമായിരിക്കുന്ന സത്യസന്ധത നമ്മെ അമ്പരപ്പിക്കുകയും പലപ്പോഴും പൊള്ളിക്കുകയും ചെയ്യും. ജീവിതത്തി നോട് ദേഷ്യം തോന്നാവുന്ന നിമിഷങ്ങളേയും അങ്ങേയറ്റം ഭയവും വ്യാ കുലതയും വിഷാദവും ഒറ്റപ്പെടലും അനുഭവപ്പെടുന്ന സന്ദർഭങ്ങളെയും കയ്പ്പില്ലാതെ ആരേയും കുറ്റപ്പെടുത്താതെ കാലത്തിൽ ഒരു അകല ത്തിൽ നിന്നുകൊണ്ട് വിവരിക്കാൻ കഴിയുക എന്നത് ചെറിയ കാര്യമല്ല. ഒന്നും ചെന്നങ്ങു തന്നോട്ട പറ്റാതെ, ഒന്നിനും ചെന്ന താനും വലയാതെ ഒന്നൊന്നായി നിനച്ച പറയുന്ന മായക്ക് എന്റെ സ്നേഹാശംസകൾ.

കമലവിലാസ് കണ്മഷി മേൽക്കുമേൽ എഴുതപ്പെടട്ടെ.

ആമുഖം

ഈ അക്ഷരങ്ങൾ അച്ഛനുള്ള സമർപ്പണമാണ്. ഈ പുസ്തകമാകട്ടെ എന്നെ എഴുത്തിലേക്ക നയിച്ച പ്രിയ മൽഹാർ ഗ്രൂപ്പിനും.

അച്ഛന്റെ തണലിൽ ജീവിച്ചതിലേറെക്കാലം ഞാനൊരു കടുത്ത വേനലിന്റെ പൊരിവെയിലിൽ അലയുകയായിരുന്നു. തിരിച്ചനടക്കാനാവാതെ, കനലിൽ പാദമുറപ്പിക്കാനാവാതെ വെന്ത പാദങ്ങളുമായി താണ്ടിയ യാത്രയിലെന്നെ കടന്നുപോയ തീക്കാറ്റിന്റെ നീറ്റലുകളിൽ നിന്നിനിയും മോചനം നേടാനായിട്ടില്ല. ആ കഥകളുടെ പുസ്തകമല്ലിത്. എന്റെ മനസ്സിലെ ഇനിയുമണയാത്ത കനലുകൾ അപ്പാടെയെടുത്തു പുറത്തേക്കിട്ടാൽ ഈ കടലാസുകൾക്ക തീപിടിച്ചാലോ..

ഇന്ന്, ഈ സുന്ദരമായ സായംകാലത്ത് ഒരു ചെറുമന്ദഹാസ ത്തോടെ ഞാനെന്റെ ഇത്തിരി ജീവിതത്തിലേക്ക തിരിഞ്ഞുനോക്കുക യാണ്. അതിലെന്റെ നാട്ടുണ്ട്, പുഴയുണ്ട്, കുടുംബമുണ്ട്, കൂട്ടുകാരുണ്ട്, സ്വപ്നങ്ങളുണ്ട്, സ്വപ്നനഷ്ടങ്ങളുണ്ട്.

മൽഹാറിനു വേണ്ടി ഞാനെഴുതിയ ഈ ഓർമ്മക്കുറിപ്പുകൾ പുസ്ത കമാക്കണമെന്നു പറഞ്ഞ പ്രിയസുഹൃത്തുക്കൾ പേരെടുത്ത് പറയാവു ന്നതിലേറെയാണ്. എല്ലാവരെയും സ്നേഹത്തോടെ ഓർക്കുന്നു. എന്റെ ഓർമ്മകളിൽ നിറഞ്ഞുനിന്നു ചിരിക്കുന്ന പ്രിയ സുഹൃത്തുക്കളേറെയും ഈ പുസ്തകത്തിൽ കയറാതെ പോയത് പുസ്തകത്തിന്റെ വലിപ്പമെന്റെ കണക്കിലൊതുങ്ങാതെ പോകുമെന്നതിനാലാണ്. അവരെയൊക്കെ യും സ്നേഹത്തോടെ ഓർക്കുന്നു. കൺമഷിക്ക് അവതാരികയെഴുതിത്ത ന്ന പ്രിയ കൂട്ടുകാരി സി.എസ്. മീനാക്ഷിക്ക് ഹൃദയം നിറഞ്ഞ സ്നേഹം.

എന്റെ എല്ലാ എഴുത്തുകൾക്കും പ്രോത്സാഹനമേകി അതൊരു പുസ്തക രൂപത്തിലേക്ക മാറ്റാൻ ആദ്യാവസാനം കൂടെ നിന്ന ടീം മൽഹാറിന് ആദരപൂർവ്വം സ്നേഹാഞ്ജലി.

ഉള്ളടക്കം

കമലവിലാസ് കൺമഷി

എത്രയൊക്കെ അനുനയിപ്പിച്ചു വിളിച്ചിട്ടും ഓർമ്മകൾ അഞ്ച് വയസ്സിനപ്പറത്തേക്ക് ഒരടി പോലും വരുന്നില്ല. അതങ്ങനെ ആ ആശുപത്രിക്കിടക്കരികിൽത്തന്നെ നിന്ന് ചുറ്റിത്തിരിയുകയാണ്.

സ്കൂളിലേക്കുള്ള ആദ്യയാത്രയാണ്. അഞ്ചുമിനിട്ടിൽ താഴെ നടപ്പ ദൂരം. കൂടെയുള്ളത് സന്തോഷമാണ്. വല്യച്ഛന്റെ മകൻ. ഞങ്ങളൊരേ പ്രായം. പുത്തൻവേലിക്കര സർക്കാർ ആശുപത്രിയുടെ തൊട്ടടുത്ത കെട്ടിടത്തിലാണ് സ്കൂൾ. സ്കൂളും ആശുപത്രിയും ഒരു മതിലിനപ്പറവും ഇപ്പറവും. സ്ലേറ്റും തന്ന് എന്നെ സ്കൂളിലേക്ക് ഒരുക്കി വിട്ടതാരാണെ ന്നോർക്കുന്നില്ല. അക്ഷരമുറ്റത്തേക്ക് കാലെടുത്തുവയ്ക്കും മുമ്പേ അമ്മയെ കണ്ട് അനുഗ്രഹം വാങ്ങാൻ അച്ഛൻ പറഞ്ഞു വിട്ടതാവും.

ഞാൻ ഒന്നും മിണ്ടാതെ കട്ടിലിനരികെ വെറുതെ നിന്നതേയുള്ളൂ. ഉടുപ്പൊന്നും എനിക്കോർമ്മയില്ല. അതൊന്നും എന്റെ ഓർമ്മയിൽ തെളിയാൻ വേണ്ടത്ര പകിട്ടുള്ളതായിരുന്നിരിക്കില്ല. സന്തോഷിന്റെ കൈയിൽ തൂങ്ങുന്ന ഇളം പച്ച നിറത്തിലുള്ള ഭംഗിയുള്ള പ്ലാസ്റ്റിക് ബാഗ് എന്റെ ഓർമ്മയിലുണ്ട്. അതെങ്ങനെ ഓർക്കാതിരിക്കും. അത് നോക്കീട്ടല്ലേ അമ്മ എന്നോട് പറഞ്ഞത്.

"ഇതു പോലൊരു ബാഗ് വാങ്ങിത്തരാൻ അച്ഛനോട് പറയണം"

എന്റെ കുഞ്ഞു കൈയിലെ വലിയ സ്ലേറ്റ് കണ്ടിട്ടോ, എന്തെങ്കിലും പറയണ്ടേ എന്ന് കരുതീട്ടോ എന്തോ... ഇത്രയേ അമ്മയും പറഞ്ഞുള്ളൂ. അമ്മ അതിന് മുമ്പോ അതിന് ശേഷമോ എന്നോടെന്തെങ്കിലും പറഞ്ഞ തായി ഞാനോർക്കുന്നുമില്ല.

ബാഗിന്റെ കാര്യം അച്ഛനോടെന്നല്ല, ആരോട്ടും തന്നെ ഞാൻ പറഞ്ഞില്ല. ഇന്നോവരെ ഞാൻ കേട്ടതിൽ വച്ച് ഏറ്റവും ഇനിമയാ ർന്ന വാക്കുകളെന്നോർത്ത് ആർക്കും പകുക്കാതെ ഞാനതെന്റെ

ഉള്ളിന്റെയുള്ളിൽ മിടിച്ചുകൊണ്ടെയിരുന്ന ഹൃദയച്ചെപ്പിൽ സൂക്ഷിച്ചുവെച്ച. ആ ഒരൊറ്റ ഓർമ്മയുടെ തീക്ഷ്ണതയിൽ അതുവരെയുള്ള മറ്റെല്ലാ ഓർമ്മ കളും മാഞ്ഞുപോയതാണോ ആവോ.

ഓർമ്മകൾ വീണ്ടും മറ നീക്കുകയാണ്. വളരെയടുത്തൊരു ദിവസമാകാം. കാലത്തെ ഞാൻ ഗണിച്ചെടുക്കുന്നതാണ്. ഒരിരുണ്ട സന്ധ്യയാണ്. ഞാൻ അച്ഛന്റെ ചായക്കടയുടെ പുറകുവശത്തെ വലിയ നീളൻ മുറിയിൽ വെറുതെ നിൽക്കുകയായിരുന്നു. വല്ല്യമ്മയുടെ മകൻ, ബാവുട്ടൻ ചേട്ടൻ വന്ന് എന്നെ എടുത്തുകൊണ്ട് തെക്കേ ഇടവഴിയിലേ ക്ക് കടന്നു. ആ റോഡിൽ വലത് വശത്ത് രണ്ടാമത്തെ വീടാണ് ഞങ്ങ ളുടേത്. നടക്കുമ്പോഴൊന്നും എന്നോടൊന്നും മിണ്ടുന്നുണ്ടായിരുന്നില്ല ബാവുട്ടൻ ചേട്ടൻ. അല്ലെങ്കിലും ഞങ്ങളുടെ വീട്ടിൽ ആ നാളുകളിൽ ആരും അധികമൊന്നും മിണ്ടിയിരുന്നതായി ഞാനോർക്കുന്നില്ല.

വീടെത്തിയതും, ചേട്ടന്റെ കയ്യീന്ന് ഞാൻ ഇറയത്തേക്ക് ഊർന്നി റങ്ങി. നടുവിലെ മുറിയിലേക്ക് മെല്ലെ നടന്നുകയറി. അമ്മ നിലത്തെ തഴപ്പായിൽ അനങ്ങാതെ കിടക്കുന്നു. ആരൊക്കെയോ ചുറ്റിലും ഇരിക്ക ന്നു. ആരും ഒന്നും മിണ്ടുന്നില്ല. പായയ്ക്കരികെ കിടന്നിരുന്നൊരു കൺമ ഷിച്ചെപ്പും കൈയിലെടുത്ത് ഞാൻ അപ്പറത്ത് അച്ഛന്റെ മുറിയിലേക്ക് നടന്നു . അച്ഛൻ ആർക്കും മുഖം കൊടുക്കാതെ കട്ടിലിൽ പുറംതിരിഞ്ഞ് കിടക്കുകയാണ്. അച്ഛനെ ചാരി കുറച്ച നേരമവിടെ വെറുതെ നിന്നു. ആരും ഒന്നും മിണ്ടാത്ത ആ വീട്ടുമുറ്റത്ത് ഞാനാ കൺമഷിച്ചെപ്പുമാ യങ്ങനെ നടന്നു.

ആ കുഞ്ഞു സങ്കടച്ചെപ്പിലാണ് ഞാനെന്റെ ഓർമ്മകളെ അടക്കം ചെയ്തിരിക്കുന്നത്. ആ കൺമഷിച്ചെപ്പാണെന്റെ ജീവിതത്തിലെ ഏറ്റവും കരുത്തുറ്റ കഥാപാത്രവും. അക്ഷരം കൂട്ടി വായിക്കാറായപ്പോൾ ഞാനാ കൺമഷിച്ചെപ്പിലെ അക്ഷരങ്ങൾ ചേർത്തു വായിച്ചു,

"കമലവിലാസ് കൺമഷി."

തൊട്ടടുത്തൊരു ദിവസം ഞാൻ വടക്കേലെ മുറ്റത്ത് വല്യച്ഛന്റെ മക്ക ളോടൊപ്പം ഊഞ്ഞാലാടി കളിക്കുന്ന നേരത്ത്, ഒളുക്കിക്കെട്ടിയ ചാക്ക കളിലായി അമർന്നിരുന്ന് അമ്മ ഒരുന്തുവണ്ടിയിൽ കയറിപ്പോയി...

എന്നോടൊന്നും പറയാതെ പോയി.

ഞാൻ ആട്ടം നിറുത്തി വണ്ടിപോയ വഴിയിലേക്കും നോക്കി വെറു തെയിരുന്നു.

തീവണ്ടി

യാത്രകൾ ഓർത്തെടുക്കാനൊന്ന് പുറകോട്ട് തിരിഞ്ഞു നടക്കാൻ തുടങ്ങിയതാണ്. നടത്തം നിറുത്താൻ പറ്റാതെ ഞാനോടാൻ തുടങ്ങി. ഒരു അഞ്ച് പതിറ്റാണ്ടിനപ്പറത്തേക്ക് പോയ് ഞാനൊരു തീവണ്ടിയിൽ കയറിയിരിപ്പായി.

ആദ്യത്തെ തീവണ്ടിയാത്രയാണ്. മംഗലാപുരത്തേക്കാണ്. തീവണ്ടി, മംഗലാപുരം എന്നീ വാക്കുകളൊക്കെ ജീവിതത്തിലേക്ക് കടന്നുവര നന്നേയുള്ളൂ. യാത്രക്കെപ്പോഴും ഒരു പിന്നാമ്പുറക്കഥ ഉണ്ടാകണമല്ലോ. അത് പറയാതെ പോകുവതെങ്ങനെ.

പണ്ടുകാലത്ത് കുട്ടികൾ പലതരം ദുസ്സഹമായ സാഹചര്യങ്ങളിൽ നിന്ന് ഒളിച്ചോടി നാട് വിട്ടന്നൊരു രീതി നിലനിന്നിരുന്നല്ലോ. എന്റെ അച്ഛന്റെ വല്ല്യച്ഛന്റെ മരണശേഷം ആ വീടും സ്വത്തും കയ്യടക്കിയ കാരണവരിൽ നിന്ന് രക്ഷതേടി അവിടത്തെ ആൺകുട്ടികളെല്ലാം ഇത്തരത്തിൽ ഒളിച്ചോടിപ്പോയിരുന്നു. അതിലൊരാൾ മംഗലാപുരത്തു ണ്ട് എന്ന വാർത്തയറിഞ്ഞ് അനിയനെ കാണാൻ പുറപ്പെട്ടന്നതാണ് അച്ഛൻ. അച്ഛന്റെ കൂടെ ഒട്ടിപ്പോ സ്റ്റിക്കറായി അമ്മയില്ലാക്കുട്ടി അഞ്ച വയസ്സുകാരി ഞാനും.

റോഡ് പുതിയതായി ടാറ് ചെയ്യാനായി ടാറ്റരുക്കൽ നടക്കുമ്പഴേ അച്ഛനൊരു വാഗ്ദാനം തന്നിരുന്നു. റോഡ് ടാറിട്ടാൽ ഒരു ഷൂ വാങ്ങിത്ത രുന്നുണ്ട്. അങ്ങനെ കിട്ടിയ ഇളംപിങ്ക് നിറത്തിലുള്ള പ്ലാസ്റ്റിക് നെയ്ത കളള്ള നല്ല ഭംഗിയുള്ള ഷൂവിട്ടാണ് യാത്ര. റെയിൽവേ സ്റ്റേഷൻ വരെ എത്തിയതോ ട്രെയിനിൽ കയറിയതോ ഒന്നും എന്റെ ഓർമ്മയിലില്ല. മനസ്സിലാകെ തീവണ്ടിയുടെ ചുക് ചുക് ശബ്ദവും അതിലിരിക്കുന്നയാള കളുടെ ഇടംവലം ആട്ടവും.

എല്ലാവരും   തീവണ്ടിക്കുഴലിലൂടൊഴുകിപ്പടരുന്ന   പുകയിലെ

ചെറുചാരപ്പൊടിയിൽ മുങ്ങി ആടിയാടിയിരുന്നു. കുറെയേറെ ദൂരം കഴിഞ്ഞപ്പോൾ തീവണ്ടിയുടെ ഇടത്തേ ജനലിലൂടെ അകലേക്ക് ചൂണ്ടി കാണിച്ചിട്ട് അച്ഛൻ പറഞ്ഞു,

"ദേ.. അങ്ങേയറ്റത്ത് കാണുന്നതാണ് പൊകലച്ചെടി"

അമ്മൂമ്മയുടെ മുറുക്കാൻകൂട്ടിലെ പൊകലയുണ്ടാവുന്ന ചെടി. അച്ഛനാണ് ലോകത്തിൽ വച്ചേറ്റവും അറിവുള്ളയാൾ എന്ന വിശ്വാ സത്തെ അട്ടിമറിക്കാൻ തയ്യാറല്ലാത്തത് കൊണ്ട് മാത്രം ഞാനത് വിശ്വസിച്ചു. എന്തോ സാധനം ചുരുട്ടിയെടുത്ത് കൃത്രിമമായുണ്ടാക്കിയ ഒരു വസ്തുവാണ് പുകയില എന്ന ധാരണയുമായി ഞാൻ ചെറുതായൊരു മൽപ്പിടുത്തം നടത്തി അവസാനം സ്വയം കീഴടങ്ങി. അകലേക്ക് നോക്കിയിട്ട് ചെടികളിലൊക്കെ പുകയില ചുരുട്ടുകൾ നീണ്ട് നിവർന്ന് നിൽക്കുന്നതായങ്ങ് സങ്കൽപ്പിച്ചു.

പിന്നെ കണ്ട കാഴ്ച ബീഡി തെറുപ്പുകാരുടെ ഒരു ലോകമാണ്. ഞങ്ങളുടെ നാട്ടിലും ബീഡി തെറുപ്പ് ഒരു തൊഴിൽ മേഖലയയിര ന്നെങ്കിലും ഈ കാഴ്ചയെന്റെ മനസ്സിൽ കുറച്ചേറെ വിശാലമായി മുദ്ര കുത്തി. പിന്നെക്കണ്ടത് ദിനേശ് ബീഡിക്കമ്പനിയായിരുന്നു. അടുത്ത പെട്ടിക്കടയിലേക്ക് ഓടിപ്പോയി അച്ഛന് ഞാൻ വാങ്ങിക്കൊടുക്കാറു ള്ള ദിനേശ് ബീഡി ഇത്രയും ദൂരേന്ന് വരുന്നതാണെന്നോർത്തപ്പോൾ അച്ഛന് ചെയ്യുകൊടുക്കുന്ന സേവനത്തെക്കുറിച്ചോർത്ത് ഞാൻ അഭി മാനപുളകിതയായി. തെളിച്ചമില്ലാത്ത കുറെ കാഴ്ചകളുമായി യാത്ര എങ്ങനെയൊക്കെയോ അവസാനിച്ചു.

നാല്യചുറ്റും വെള്ളത്താൽ ചുറ്റപ്പെട്ട് ഒരു വശം മാത്രം ഒരു ചെറുപാ ലത്താൽ മറുലോകത്തേക്ക് ഇണക്കിച്ചേർക്കപ്പെട്ട എന്റെ കൊച്ചുഗ്രാ മത്തിൽ നിന്ന് ഒരു പരിഷ്കൃത പട്ടണത്തിലേക്ക് പിങ്ക് നിറത്തില്ലുള്ള പുതിയ ഷൂസിട്ട എന്റെ കാലുകൾ നിലം തൊട്ടന്നു. അത്ഭുതലോകം കണ്ട് ഞാൻ ചുറ്റോട്ടുചുറ്റും കണ്മിഴിക്കുന്നു. ഇളയച്ഛന്റെ വീട്ടിലാകട്ടെ, പരിഷ്ക്കാരികളും സുന്ദരികളുമായ മൂന്ന് ചേച്ചിമാർ. വാക്കിലും നോക്കിലും കുഞ്ഞു തലോടലിലും സ്നേഹം നിറച്ചുവച്ച, ആജാനബാഹുവായ ഇളയ ച്ഛൻ. ചിരിയിൽ നിറയെ തേനൊഴുക്കി വാത്സല്യത്തലോടലുമായി മലയാളമറിയാത്ത കൊച്ചമ്മ. കാതിൽ ഇരുവെട്ടം ചിന്തുന്ന വലിയ വൈരക്കമ്മൽ. കഴുത്തിൽ കരിമണിമാല. നെറ്റിയിലും സീമന്തരേഖ യിലും വലിയ സിന്ദൂരപ്പൊട്ട്. മുടിയിൽ കനകാംബരപ്പൂ. അവരൊക്കെ പറയുന്ന മലയാളം എന്റെ മലയാളത്തിന്റെ വളരെ അകന്ന ഒരു ബന്ധു പോലുമാണെന്നെനിക്ക് തോന്നിയില്ല. അതുകൊണ്ട് തന്നെ

ഇനിയവിട്ടന്നങ്ങോട്ടൊരു ഊമയാകാൻതന്നെ ഞാൻ തീരുമാനിച്ചു.

പരിഷ്കാരമില്ലാത്ത കൊച്ചനിയത്തിയെ പരിഷ്കാരിയാക്കാൻ കൂട്ടത്തിൽ മുതിർന്ന, സിനിമാ നടിയേക്കാൾ സുന്ദരിയായ കലച്ചേച്ചി കത്രികയും ചീപ്പുമായി വരുന്നു. എന്റെ മുടി വകഞ്ഞു മാറ്റപ്പെടുന്നു. മുന്നിലേക്കും പിന്നിലേക്കും സൈഡിലേക്കും. കത്രിക കരകര ശബ്ദമുണ്ടാക്കി മുന്നിൽ കുറുനിരയൊരുക്കി മറുവശം കടന്നെന്റെ കാതിലിറുക്കി. വേദനകൊണ്ട് പുളഞ്ഞെങ്കിലും ഞാൻ ഒരു വാക്കും മിണ്ടിയില്ല. അവരുടെ ഭാഷയും എന്റെ ഭാഷയും തമ്മിലിണങ്ങുവതെങ്ങനെയെന്നോർത്ത് ആംഗ്യഭാഷയിൽ തിരിഞ്ഞു മാറിയതോർക്കുമ്പോൾ ഞാനിപ്പഴും അറിയാതെയെന്റെ ചെവി തൊട്ടുപോകുന്നു.

കഥയിലെ മുഖ്യ കഥാപാത്രമായ പിങ്ക് നിറത്തിലെ ഭംഗിയുള്ള എന്റെ പ്ലാസ്റ്റിക് ഷൂ നായകവേഷം വിട്ട് വില്ലനാകുന്നു. എന്റെ കുഞ്ഞിക്കാലുമായി അവന്റെ അല്ലറചില്ലറ ഉരസലുകൾ എന്നെ ധർമ്മ സങ്കടത്തിലാഴ്ത്തി. ആറ്റ് നോറ്റ് കിട്ടിയതാണ്. എന്റെ നാട്ടിലാർക്കും അങ്ങനെയൊരു ഷൂ ഞാൻ കണ്ടിട്ടില്ല. അത് ഉപേക്ഷിച്ചാൽപ്പിന്നെ ഈ ജന്മം ഇങ്ങനൊന്ന് കിട്ടാനും പോണില്ല. വേദന കടിച്ചുപിടിച്ച് ബക്കിളഴിച്ചിട്ട് മംഗലാപുരത്തൊരു ഊരിച്ചുറ്റലിൽ ലോകത്തിന്റെ അങ്ങേത്തലക്കലെത്തീന്ന് ഞാനൂറ്റം കൊണ്ടു.

അത്ഭുതലോകം കണ്ട ആലീസായി മടങ്ങുമ്പോൾ കൂട്ടത്തിൽ ഇളയ ചേച്ചീടെ പുത്തനുടുപ്പിൽ അവരെന്നെ അണിയിച്ചൊരുക്കി. വണ്ടർലാസ്റ്റീന്ന് ടാറ്റായും പറഞ്ഞിറങ്ങി. തീവണ്ടിയിൽ നിന്ന് തിരിച്ചിറങ്ങുമ്പൊ ചാരം പൊതിഞ്ഞെന്റെ പുത്തനുടുപ്പാകെ നിറം കെട്ടിരുന്നു. കാൽ പാദങ്ങൾ പൊട്ടി വേദനിക്കുന്നുണ്ടായിരുന്നു. എങ്കിലും അന്ന് തന്നെ ഞാനെന്റെ ആദ്യത്തെ യാത്രാക്കുറിപ്പെഴുതി. അച്ഛൻ പെൻസിൽ കൊണ്ട് വരയിട്ടു തന്ന പോസ്റ്റ് കാർഡിൽ അതിങ്ങനെ തുടങ്ങി.

പ്രിയപ്പെട്ട കലച്ചേച്ചിക്ക്..

അച്ഛന്റെ കല്ല്യാണം

ഇതു എല്ലാ കളിയും മടുത്ത്, അപ്പൂപ്പന്റെ അടുത്ത് കമ്പ്യൂട്ടർ ടേബിളിൽ തലയും വച്ച് "നിക്ക് ബോറടിക്കണ്" ന്ന് പറഞ്ഞ് കിണുങ്ങി നിന്നൊരു നേരത്താണ് അപ്പൂപ്പന്റെ തലയിലൊരു ഐഡിയ മിന്നിയത്.

"വെയിറ്റ്.... അപ്പൂപ്പ ഒരു വീഡിയോ കാണിച്ച തരാം.."

വീഡിയോ പ്ലേ ചെയ്യാൻ തുടങ്ങിയതും ളൂന്റെ കുഞ്ഞിക്കണ്ണകൾ വിടർന്നു..

അവളിടക്കിടെ പറഞ്ഞു കൊണ്ടേയിരുന്നു.

"ഹായ്..അച്ഛ"

"ദേ.. അമ്മ"

"അമ്മൂമ്മേ.. ദേ.. അമ്മൂമ്മ വീഡിയോയിൽ. അപ്പൂപ്പേം ഇണ്ടല്ലോ"

"അനിതാന്റി. ആപ്പൻ. കുഞ്ഞുമാമ, പൈങ്കിളിച്ചേച്ചി"

"ദേ... വെല്ലിച്ഛ. വെല്ലിമ്മ"

"യ്യോ.. ദേ.. അപ്പച്ചേട്ടേം അമ്മുച്ചേച്ചീം"

ശരിയാണ് എല്ലാരുമുണ്ട്. ളൂന്റേം കുഞ്ഞു ധ്യാനുന്റേം അച്ഛന്റേം അമ്മേടേം കല്ല്യാണമാണ്.

"ഞങ്ങള് മാത്രമില്ലല്ലോ"

ളൂന്റെ മുഖം മങ്ങി.

"എല്ലാരുണ്ട് ഞാനും കുഞ്ഞും മാത്രം ഇല്ല".

ളൂന് സങ്കടം താങ്ങാൻ പറ്റാതെ കസേരയിൽ നിന്നുർന്നിറങ്ങി അടുക്കളയിലെത്തി.

" എന്താമ്മൂമ്മേ അച്ഛേടേം അമ്മേടേം കല്ല്യാണത്തിന് ഞങ്ങളില്ലാ ത്ത്. ബാക്കി എല്ലാരുമുണ്ടല്ലോ"

 കമലവിലാസ് കൺമഷി

സംഗതി ഗൗരവമുള്ളതാണ്. മുഖം സങ്കടംകൊണ്ട് വിങ്ങി പൊട്ടാറായി. അടുത്ത ചോദ്യം ഉടനേ വന്നേക്കാം.

അമ്മമ്മക്കെന്നോട് സ്നേഹല്ലേ...

" അയ്യേ.. ഇങ്ങനെ സങ്കടപ്പെടണതെന്തിനാ. അന്ന് ഋതുക്കുട്ടൻ ജനിച്ചിട്ടില്ലാല്ലോ.. കുഞ്ഞും ജനിച്ചിട്ടില്ല."

"അതെന്താ ഞങ്ങള് ജനിക്കണേന് മുമ്പ് കല്യ്യാണം നടത്തീത്. ഞങ്ങളും കൂടി ജനിച്ചിട്ട് മത്യാര്ന്നില്ലേ കല്യ്യാണം..."

ചോദ്യത്തില് ന്യായമില്ലാതില്ല. പരിഷ്കൃത രാജ്യങ്ങളിലൊക്ക അതാണ് കീഴ്ഴക്കം എന്നും കേള്ക്കണണ്ടല്ലോ. എന്നാലും അന്ന് ഞാന് ന്യായാന്യായം പറയാന് നിന്നില്ല.

"കല്യ്യാണം കഴിഞ്ഞാലല്ലേ കുട്ടികളുണ്ടാവൂ.."

ഇതുംകേട്ട് ശാസ്ത്രപരിജ്ഞാനം വിളമ്പാന്വേണ്ടും അറിവില്ലാത്തതു കൊണ്ട് നാല് വയസ്സുകാരി വീണ്ടും പടത്തില് സാരീം മാലേം കാണാന് പോയി. പിന്നെയങ്ങോട്ട് കുറേക്കാലം ഋതുന്റെ ഇഷ്ടവിനോദം അച്ഛന്റേം അമ്മേടേം കല്യ്യാണമായിരുന്നു.

കൊല്ലം ഒന്നുരണ്ട് കഴിഞ്ഞു. ഋതു കല്യ്യാണം കണ്ടുകണ്ട് മടുത്ത് ആ ഏര്പ്പാട് നിറുത്തലാക്കി. കാലം ഉരുളുന്നതിനൊപ്പം അടുത്തയാള്ക്ക്, ധ്യാനുന് ബോറടിക്കാന് തുടങ്ങി. അപ്പപ്പന് വെറൈറ്റി എന്റര്ടെയിന് മെന്റൊന്നും പരിചയമില്ലാത്തത് കൊണ്ടും അമ്മുമ്മ അടുക്കളയിലെ എന്റര്ടെയിന്മെന്റില് തലതല്ലി കിടക്കുന്നതുകൊണ്ടും വീണ്ടും കമ്പ്യൂട്ടറില് കല്യ്യാണമേളം.

"കൃഷ്ണാ നീ ബേഗനേ ബാര്യ..." ന്ന് സംഗീതമൊഴുകുമ്പോള് സുന്ദരി ചേച്ചിമാരുടെ താലത്തിന് പുറകെ അച്ഛനും സ്നോ മോഷനില് ഒഴുകുന്നു.

ധ്യാനുന് സന്തോഷം കൊണ്ടിരിക്കാന് വയ്യ. മേപ്പൊട്ടെങ്ങോട്ടെങ്കി ല്ലും ഓടിക്കേറാനൊന്നായുമ്പഴേക്കും അവനും ആ സത്യം തിരിച്ചറിഞ്ഞു.

"ഞാനില്ല. ഋദ്ധീമില്ല"

അവനും ചാടിയിറങ്ങി അടുക്കളയിലെത്തി. സങ്കടഭാവമല്ല. ഇതെന്ത് അനീതിയാണമ്മമ്മേ എന്നൊരു ചോദ്യംചെയ്യല് ഭാവം. ഞാന് വഴക്കാ.. ന്നൊരു ലൈന്.

" അമ്മമ്മേ.. ഞാനും ഋദ്ധീം അച്ഛേടേം അമ്മേടേം കല്യ്യാണത്തി നില്ല. വേറെ എല്ലാരുണ്ട്. അപ്പച്ചേട്ടനും അമ്മുച്ചേച്ചീം വെല്ലിച്ചനും വെല്ലിമ്മേം പപ്പേം മമ്മീം ഒക്കീണ്ട്"

അവന് ഇങ്ങനെയൊരനീതി പൊറുക്കാനാവണില്ല. അപ്പച്ചേട്ടനാ ണവന്റെ ഹീറോ. അപ്പച്ചേട്ടന്റെ അടുത്ത് ഗമേലങ്ങനെ ഇരിക്കേണ്ടതാ യിരുന്ന ഞാനും. ന്ട്ടാ ഇതിലിപ്പൊ ഞങ്ങളെ കൊണ്ട പോയിട്ടടിയില്ല. കുഞ്ഞു ധ്യാന്റെ മനസ്സ് ക്ഷമിക്കാൻ പരുവപ്പെട്ടിട്ടില്ല.

നാട്ടനടപ്പും ന്യായോം പറഞ്ഞ് ധ്യാന്റ്ടനെ ശാന്തനാക്കുക അസാദ്ധ്യം. പന്ത് അവന്റെ കോർട്ടിലേക്ക് തന്നെ തട്ടുക എന്നൊരു അടവുനയം പ്രയോഗിക്കുന്നതിന്റെ സാദ്ധ്യതകളിലേക്കാണെന്റെ മനസ്സ് ചാഞ്ഞത്.

"കുഞ്ഞു ഫോട്ടോയെടുക്കുമ്പൊ എവിടെയായിരുന്നു. അമ്മൂമ്മ എന്തോരം അന്വേഷിച്ചു.."

"പുറകിലെങ്ങാനും കളിച്ച് നടന്നിട്ടുണ്ടാവും. കല്യാണത്തിന് പോയാൽ ഫ്രണ്ടില് വന്നിരിക്കണം എന്നാലേ ഫോട്ടോയില് കിട്ടൊ ള്ളൂ."

കുറ്റബോധവും നഷ്ടബോധവും ഒന്നിച്ച് വന്ന് തളർത്തിയവന്റെ തലകുനിപ്പിച്ചു.

അവിടെ നിന്നാണ് ഞാൻ ഒറ്റക്കതിപ്പിന് അമ്പത് കൊല്ലം പുറകോട്ട് പാഞ്ഞ് അച്ഛന്റെ കല്യാണം കൂടിയിട്ട് പോന്നത്. മഞ്ഞയോടടുത്ത ഇളം തവിട്ട് നിറത്തിൽ ഒലീവ് പച്ചയും ഇളം ചുവപ്പും നിറത്തിൽ വട്ടത്തില്യും അർദ്ധവൃത്താകൃതിയില്യുമുള്ള പൊട്ടുകളുള്ള ഭംഗിയുള്ള കുഞ്ഞിപ്പാവാട. ഇളംതവിട്ട് നിറത്തില്യുള്ള കയ്യില്ലാത്ത ബ്ലൗസിന് താഴെ നല്ല ഭംഗിയിൽ ഇന്നിച്ചേർത്ത അടുക്ക് ഞൊറിവുകൾ. മിനുസമാർന്ന തുണിശീല. മോടിയിൽ തന്നെ കല്യാണത്തിന് ഞാനും പോയിരുന്നു. ഇന്നോർ ക്കുമ്പോൾ വളരെ ഭംഗിയുള്ളതെന്ന് തോന്നുന്നതും അന്നെനിക്ക് ഒട്ടും ഇഷ്ടപ്പെടാതിരുന്നതുമായ കല്യാണമാലയിട്ട്, അപരിചിതയായൊരു സ്ത്രീ അച്ഛനരികിൽ. തുളസിയിലയും ചെത്തിപ്പൂവും ഇടകലർത്തി അകത്തിയകത്തി കോർത്ത പൂമാല. അന്ന് ഞങ്ങളുടെ നാട്ടിലെ മണവാട്ടികളിട്ടിരുന്ന കുട്ടിയിൽ കോർത്ത മുല്ലപ്പൂമാലയായിരുന്നു എനി ക്കിഷ്ടം. ഞങ്ങളുടെ നാട്ടിൽ മുറ്റത്തൊക്കെ നല്ല പഞ്ചാരമണലാണ്. എത്ര വേണമെങ്കിലും ഓടിക്കളിക്കാം. മണവാട്ടിയുടെ വീട്ടുമുറ്റത്താകെ ചവിട്ടിയാൽ കാലു വേദനിക്കുന്ന ചരൽക്കല്ലുകൾ. എനിക്കവിടെ ഒന്നു മിഷ്ടമായില്ല.

കല്യാണസംഘം കല്യാണപ്പെണ്ണിനെയും കൂട്ടി വീട്ടിലെത്തി. ഞാൻ ആരോടും കൂട്ടുകൂടാതെ അലഞ്ഞു നടന്നു. അത് കണ്ടിട്ടാവാം ഇളയച്ഛൻ എന്റെ കൂടെ കളിക്കാൻ കൂടിയത്. വീടിന്റെ മുൻവശത്ത്

കിഴക്കേ മുറ്റത്തായി കൂട്ടിയിട്ട മണൽക്കുനയിലിരുന്നാണ് ഞങ്ങൾ കളി തുടങ്ങിയത്. മണൽ വാരിക്കളിയൊക്കെ കഴിഞ്ഞ് ഞാൻ ഇളയച്ഛന്റെ ഷർട്ടിന്റെ കോളറിനടിയിൽ കുത്തി വച്ചിട്ടുള്ള സ്റ്റിഫ് ഊരിയെടുത്ത് അങ്ങോട്ടും ഇങ്ങോട്ടും വളച്ചും തിരിച്ചും കളിക്കുന്നതിനിടയിലെപ്പഴോ അതൊടിഞ്ഞു പോയി. അന്ന് ഞാൻ കണ്ടതിൽ വച്ചേറ്റവും പരിഷ്ക്കാ രിയും സുന്ദരനുമായ ചെറുപ്പക്കാരനായിരുന്നു ഇളയച്ഛൻ. ഇളയച്ഛന് സ്റ്റിഫില്ലാത്ത ഒറ്റക്കോളർ ഷർട്ടിട്ട് നടക്കണമല്ലോയെന്നോർത്ത് സങ്കടപ്പെടുന്നതിനിടക്കാണ് അത് സംഭവിച്ചത്. അച്ഛൻ എന്നെക്കൂട്ടാ തൊരു യാത്ര പോയി. ഭംഗിയില്ലാത്തപൂമാലയിട്ട ആ സ്ത്രീയോടൊപ്പം അവരുടെ വീട്ടിലേക്ക്.

ആദ്യമായാണ് അച്ഛൻ എന്നെക്കൂട്ടാതൊരു യാത്ര പോയത്. എന്നോട് പറയാതെയാണ് പോയത്. എന്റെ കുഞ്ഞുമനസ്സിൽ ഒറ്റ പ്പെടലിന്റെ തീരാനൊമ്പരം. അച്ഛനില്ലാതെ പിന്നെ ആരുടെ കൂടെയു റങ്ങുമെന്നറിയാതെ, അവിടെയും ഇവിടെയുമൊക്കെ കൂടി നിൽക്കുന്ന പെണ്ണങ്ങളുടെ കശുകശുക്കലുകൾക്കിടയില്ലടെ, വടക്കേല മുറ്റത്തൊ ക്കെ ഒറ്റയ്ക്ക് ചുറ്റിത്തിരിഞ്ഞുനടന്നു ഞാൻ.

അച്ഛന്റെ കല്ല്യാണ വീഡിയോയിൽ തങ്ങളെ കാണാണ്ട് സങ്കടപ്പെ ടുന്ന ഊളനും ധ്യാനുനും അറിയോ അച്ഛന്റെ കല്ല്യാണം കൂടി സങ്കടപ്പെ രുമഴയിൽ നനഞ്ഞയീ അമ്മുമ്മയുടെ കഥ വല്ലതും.

സുജാത

ചങ്ങാടക്കൂറ്റിയിൽ നിന്ന് കെട്ടഴിച്ച് കയറുകൾ മടക്കാൻ തുടങ്ങുന്ന നേരത്താണ് ഞാനന്ന് ചങ്ങാടത്തിലേക്ക് ഓടിക്കയറിയത്. നിരതെറ്റി നിറുത്തിയിട്ട കാറുകൾക്കും ബൈക്കുകൾക്കുമിടയില്ലൂടെ ആഴ്ന്ന ബോട്ടിനകത്തേക്ക് കടക്കാനുള്ള ശ്രമത്തിനിടെ അന്നാണ് ഞാൻ അവസാനമായി സുജാതയെ കണ്ടത്.

പത്താം ക്ലാസ്സ് കഴിഞ്ഞതിൽ പിന്നെ ഞാനാകെ മൂന്ന് പ്രാവശ്യ മാണ് സുജാതയെ കണ്ടിട്ടുള്ളത്. ഒന്ന് എം.എസ്സ്.സി.ക്ക് പഠിക്കുമ്പോ. എന്നേക്കാൾ ഒന്നോ രണ്ടോ ക്ലാസ്സ് താഴെ എന്റെ അതേ സ്കൂളിൽ പഠിച്ചിരുന്ന സുജാത, പോളിടെക്ക്നിക്കും കഴിഞ്ഞ് ടെലഫോൺസിൽ ജോലിക്ക് കയറിയ കാലം. ഇങ്ങനെയൊക്കെയും ടെക്ക്നിക്കുകളുണ്ടെ ന്ന് പോല്യമറിയാതെ, ഞാൻ ഓരോരോ ബയോ ടെക്ക്നിക്കുകളില്ലൂടെ അലയുന്ന കാലം.

അന്ന് ഞങ്ങൾ രണ്ടാളും ഒരേ വഴികളില്ലൂടെ മൂന്ന് പുഴയോരനടപ്പം രണ്ട് ചങ്ങാടകടത്തും, രണ്ട സമയങ്ങളിലായി പിന്നിട്ട് ഒരേ ബസ്സ് സ്റ്റോപ്പിലെത്തി നിൽക്കുമ്പോഴായിരുന്ന ആ കണ്ടുമുട്ടൽ. അന്ന് ഞങ്ങൾ സംസാരിച്ചത് ആണങ്ങളുടെ കട്ടമീശയുടെ ആകർഷകത്വ ത്തെക്കുറിച്ചാണ്.

രണ്ടാമത് കാണമ്പോൾ കട്ടമീശയുടെ ആകർഷകത്വത്തെക്കുറി ച്ചൊക്കെ പറഞ്ഞതിലെ വ്യർത്ഥതയെക്കുറിച്ചൊക്കെ ചെറുചിരിയോടെ ഓർക്കാൻ പാകത്തിൽ മൂപ്പെത്തിയിരുന്ന ഞങ്ങൾക്ക്.

ഒരാൾ അങ്കമാലിയിൽ നിന്നും മറ്റെയാൾ കാക്കനാട് നിന്നും വന്ന് അത്താണിയിലെത്തി ഒരേ ബസ്സിൽ അടുത്തടുത്ത സീറ്റുകളിലിരുന്നായി രുന്ന ആ കണ്ടുമുട്ടൽ. ബസ്സിന്റെ പുറകിലേക്ക് ചൂണ്ടി യൂണിഫോമിട്ടൊരു സുന്ദരിക്കുട്ടിയെ കാണിച്ചതന്നുകൊണ്ടന്ന് സുജാത പറഞ്ഞു "ഇളയ

 കമലവിലാസ് കൺമഷി

മോളാണ്, ബിടെക്കിന് സെക്കന്റ് ഇയർ. മൂത്തയാൾ എ.എഫ്. എം.സിയിൽ നഴ്ലിംഗിന്''.

ഞാനും പറഞ്ഞു, എനിക്ക് ഒരു മോള്, ബാങ്കിലാണ്.

കുറച്ച വർഷങ്ങളായുള്ള പതിവാണ് കർക്കിടക വാവിന് ഭർത്താ വിനെ കൂടാതെ സ്വന്തം വീട്ടിലേക്കൊരു വരവും പോക്കും. ബലിച്ചോ റൊഴുക്കുന്നെങ്കിൽ ഇവിടെ പെരിയാറ്റിൽ മാളവന പാറശ്ശേരികിലേക്ക് തന്നെയൊഴുക്കണം എന്നൊരു തോന്നൽ. അച്ഛനും അമ്മയും ഭൂമിയി ലേക്കൊരു വിസിറ്റുണ്ടെങ്കിൽ അവരാ പാറപ്പറത്തേണ്ടാവ്വ. രാവിലെ ബലിയിട്ട് ഉച്ചയോടെ ഓഫീസിലെത്തണം. ഒരു രാത്രി കൊച്ചമ്മയോ ടൊപ്പം നിൽക്കയുമാവാം.

ഇറങ്ങാൻ നാലോ അഞ്ചോ സ്റ്റോപ്പ് ബാക്കി നിൽക്കേ റോഡിന് വലത്തോട്ട് ചൂണ്ടി ഞാൻ പറഞ്ഞു.

"ദാ..ഇവിടെ ഞങ്ങൾ കുറച്ച സ്ഥലം വാങ്ങീട്ടുണ്ട്. ഒരുപക്ഷേ റിട്ട യർമെന്റ് ലൈഫ് ഇങ്ങോട്ട് പറിച്ച നട്ടേക്കാം"

"പരമനാശേരിക്കുന്നിലോ..."

സുജാതയുടെ കണ്ണുകൾ തിളങ്ങി. എന്റെ കണ്ണിലും മറുതിലക്കം മിന്നിയിട്ടുണ്ടാകാം. ഞങ്ങൾ രണ്ടാളും ഒരേ സമയം പച്ചപ്പാവാടയും വെള്ള ഷർട്ടമിട്ട് പഴയ സ്കൂൾ വഴികളില്ലൂടെ കുന്നിറങ്ങി പാടത്തിന നടുവില്ലൂടെ നടന്നു. ഞാൻ നേരെ സ്കൂൾ യുവജനോത്സവം നടക്കുന്ന ഹാളിലേക്ക് കടന്നു. സുജാത അരങ്ങ് തകർക്കുകയാണ്. ആ വലിയ സ്കൂളിൽ മോണോ ആക്ടിൽ സുജാതയെ വെല്ലാനാളില്ല. പ്രസംഗം, ഉപന്യാസം എന്നിങ്ങനെ ഇന്റലക്ച്ചൽ മത്സരയിനങ്ങളിലൊക്കെ സുജാതയുടെ ആധിപത്യം ഉറപ്പിക്കപ്പെട്ടിരുന്നു. സ്കൂളിന്റെ അഭിമാന താരമായിരുന്ന സുജാത. ഞാനെന്നും സുജാതയെ ആരാധനയോടെ നോക്കിയിരുന്നു.

"അനിയത്തി എവിടെയാണ്" മൗനം മുറിച്ചുകൊണ്ട് ഞാൻ ചോദിച്ചു.

"എ.എഫ്.എം.സി.യിൽ നേഴ്സായിരുന്നു. പോന്നു.., ഭർത്താവും കുട്ടി കളമൊത്ത് സുഖമായി കഴിയുന്നു."

"അനിയൻ?"

"അവൻ വഴിതെറ്റിപ്പോയി" സുജാത മറ്റാരെക്കുറിച്ചോ പറയും പോലെ പറഞ്ഞു. "ഒരുപാട് ശ്രമിച്ച"

കൂടുതൽ പറയിപ്പിക്കണമെന്ന് തോന്നിയില്ല എനിക്ക്.

അച്ഛൻ ? എന്ന് ചോദിക്കാനൊരുങ്ങിയ നാവിനെ ഞാൻ തന്നെ തളച്ചു. പറക്കമുറ്റാത്ത മക്കളെ അമ്മയെ ഏൽപ്പിച്ച് ആത്മീയനിർവൃതി തേടിപ്പോയ അച്ഛനെന്ന് കേട്ടിരുന്ന പണ്ടേ. പിന്നെപ്പഴോ കേട്ടു, ചോറ്റാനിക്കരയിലുണ്ടെന്ന്. അതീപ്പിന്നെ ചോറ്റാനിക്കര അമ്പലത്തിൽ പോയപ്പോഴൊക്കെ എന്റെ കണ്ണുകൾ സുജാതയുടെ അച്ഛനെ പരതി. നല്ല ഉയരത്തിൽ, ഇരുനിറത്തിലുള്ള ഒരു താടിക്കാരൻ സന്യാസിക്ക് സുജാതയുടെ ഛായയാണോ എന്ന് ഞാൻ പിന്നെയും പിന്നെയും നീരസത്തോടെ തിരിഞ്ഞു നോക്കി.

കല്യാണം കഴിക്കേണ്ട പ്രായമൊക്കെ കഴിഞ്ഞിട്ടും കല്യാണം കഴിക്കാതെ സഹോദരിയുടെ കുടുംബത്തെ കരുതി ജീവിച്ചിരുന്ന അവരുടെ മാമന്റെ മുഖം ഓർമ്മയിൽ തെളിച്ചം വച്ച വന്നു.

"എന്നെങ്കിലും കാണാം" യാത്ര പറഞ്ഞ് ബസ്സിറങ്ങുമ്പോൾ രണ്ട് പെൺകുട്ടികൾ പൊരുതി നേടിയ ജീവിതത്തെക്കുറിച്ചോർത്ത് ഞാനും അഭിമാനം കൊണ്ടു.

ഇത് മൂന്നാമത്തെയും അവസാനത്തെയും കുടിക്കാഴ്ചയാണ്. ഓഫീസിൽ ബ്രോഡ്ബാന്റ് കണക്ഷൻ കൂടെക്കൂടെ തകരാറിലാക ന്നൊരു സമയത്ത് എ.ഇ.യെ ഒന്നു പോയി കാണുന്നതിനേക്കുറി ച്ചോർക്കെത്തന്നെ സുജാതയെയും ഓർത്തതാണ്, ഇപ്പോഴെവിടെ യാണാവോ എന്ന്.

ഇത്തവണയും അപ്രതീക്ഷിതമായിട്ടായിരുന്ന കുടിക്കാഴ്ച. അന്ന് കിഴക്കൻ വഴികളില്ലൂടെ ചാലക്കുടിയാറ് മുറിച്ച് കടക്കുമ്പോൾ. ഇന്ന് തെക്കൻ വഴികളില്ലൂടെ പെരിയാറ് മുറിച്ച് കടക്കുമ്പോൾ. കൊച്ചമ്മയെ കാണാൻ ഫെറി കടക്കാതെ പോകാൻ വഴികളേറെയുണ്ടിപ്പോൾ. എന്നിട്ടും ഫെറി കടക്കാനെത്തിയത് അവസാനമായൊന്നീ ഓളപ്പര പ്പില്ലൂടെ തെന്നിനീങ്ങാൻ കൊതിയായിട്ടാണ്. നിയമസഭാ ഇലക്ഷൻ വരുന്നു. പാതിവഴിയിൽ നിന്നുപോയിട്ട് കാലങ്ങളായ പാലംപണി വീണ്ടും തുടങ്ങിയിരിക്കുന്നു. ഇനി അധികം വൈകാതെ പൂർത്തിയാ യേക്കാം. നാടിന്റെ സ്വപ്നസാക്ഷാത്ക്കാരമാണ്. കടത്തുവഞ്ചിയും കടത്തുകാരനും കുവല്യമൊക്കെ ഓർമ്മയിലേക്ക് മായുംമുമ്പൊരോർ മ്മപുതുക്കൽ കൊതിച്ചുള്ള ജലയാത്ര.

സുജാത ചങ്ങാടത്തിന്റെ കൈവരികളിൽ ചാരി നിൽക്കുകയാണ്. തൂങ്ങി വീഴാറായ കണ്ണുകൾ. അതിനൊപ്പം വീഴാനൊരുങ്ങി നിൽക്കുന്ന ശരീരവും. സാരിയും അതിലേറെത്തളർന്ന് വീണുകിടക്കുന്ന തോളിൽ. എവിടെപ്പോയി സുജാതയുടെ ഊർജ്ജമൊക്കെയും. എവിടെപ്പോയാ

പെൺകരുത്ത്. എങ്ങനെയിങ്ങനെ തളരാനാകും സുജാതയ്ക്ക്, ഞാന തിശയിച്ചു.

"സുജാതേ...." ഞാൻ ചിരിച്ചു.

സുജാതക്ക് ചിരിക്കാനാവാത്ത പോലെ, വെറുതേയൊന്ന് മൂളി.

"ഇപ്പൊ പറവ്വരാണോ? "

"അതേ.. ഞാൻ ലീവായിരുന്നു"

"ഞാനും പറവ്വരാണ്"

സുജാത കേൾക്കുന്നുണ്ടായിരുന്നു.

ഇനിയെന്ത് പറയണമെന്നറിയാതെ നിൽക്കുകയായിരുന്നു ഞാൻ. ബോട്ടിനകത്തേക്ക് കടക്കുന്നില്ലെന്നുറപ്പിച്ച് ഞാനും കൈവരികളിൽ ചാരി നിന്നു. അപ്പോൾ സുജാത മെല്ലെ പറഞ്ഞു തുടങ്ങുകയായിരുന്നു.

"എനിക്ക് ട്രീറ്റ്മെന്റ് നടക്കുകയാണല്ലോ. കീമോയൊക്കെ കഴിഞ്ഞി രിക്കുകയായിരുന്നു. ഓഫീസിൽ നിന്ന് വന്നാൽ ക്ഷീണമാണ്. അന്നെ നിക്ക് വല്ലാത്ത ക്ഷീണമായിരുന്നു. നേരത്തേ കഴിച്ച് കിടക്കുമ്പഴാ മോള് വിളിച്ചത്. മൂത്തമോള്, അവള് എ.എഫ്.എം.സി.യിൽ ബി.എസ്സ്.സി. നേഴ്സിങ്ങിന് പൂനയിൽ ഹോസ്റ്റലിൽ. അവൾ സാധാരണ വിശേഷങ്ങൾ പറയുന്നതു പോലെ പറഞ്ഞുകൊണ്ടേയിരുന്നു, ചെറിയ ജലദോഷവും മൂക്കടപ്പുമൊക്കെ. പരേഡിന് പോകാൻ, കഴുകിയ യൂണീഫോമില്ലാ ഞ്ഞിട്ട് കഴുകി അകത്ത് തന്നെയിട്ട് ഉണങ്ങാനായി ഫാനിട്ടുകൊണ്ട് കിടന്നുറങ്ങി. അകത്ത് ഈർപ്പം നിന്നിട്ടാവും ഈ ബുദ്ധിമുട്ടുകൾ. അവൾ പറഞ്ഞു. ഞാനതു ശ്രദ്ധിച്ചില്ല, എനിക്ക് തീരെ വയ്യായിരുന്നു. നാളെ വിളിക്കാന്ന് പറഞ്ഞ് ഞാൻ ഫോൺ വച്ചു. പിറ്റേന്ന് രാവിലെ ഹോസ്റ്റലീന്ന് ഫോൺ വന്നു. ശ്വാസംമുട്ടല് വന്നു, ആശുപത്രിയിൽ കൊണ്ടുപോയീന്നും പിന്നെയവള് പോയീന്നും. മോളങ്ങനെ പോയീ..."

ആ ശബ്ദത്തിൽ നിന്നും തെറിച്ച വീണ വേദനയുടെ അമ്പ് കുത്തി ത്തറഞ്ഞ് ഞാൻ സുജാതയുടെ കണ്ണുകളിലേക്ക് നോക്കാൻ ശക്തിയി ല്ലാതെ നിന്നു. എന്റെ നെഞ്ചിന്റെ ഭാരം എനിക്ക് താങ്ങാവുന്നതിലേ റെയാവുന്ന പോലെ. എനിക്ക് മിണ്ടാനാവുന്നില്ല.

ഞങ്ങളൊന്നിച്ചുള്ള യാത്ര അന്നവിടെ അവസാനിക്കുകയായിരുന്നു. ഞങ്ങളൊന്നിച്ച് ഫെറിയിറങ്ങി. സുജാത ഭർത്താവിന്റെ സ്കൂട്ടറിന്റെ പിന്നിലിരുന്ന് എന്റെ കൺമുന്നിലൂടെ അകലേക്ക് മാഞ്ഞുപോയി.. ആ കാഴ്ചയിൽ എന്റെയുള്ളിലെ സ്വപ്നങ്ങളെല്ലാം വെന്ത് വെണ്ണീറാകുന്നതി ന്റെ പൊള്ളല് ഞാനറിഞ്ഞു..

അധികം വൈകാതെയൊരു ദിവസം കൊച്ചമ്മയുടെ ഫോണില്ലൂടെ വന്ന നാട്ടുവിശേഷങ്ങളിൽ സുജാതയുടെ മടക്കയാത്രയുടെ വാർത്തയു മുണ്ടായിരുന്നു.

ഒരു കൊൽക്കത്താനഷ്ടം

ജീവിതത്തിലെ നിറങ്ങളൊക്കെയും ഊർന്നിറങ്ങിപ്പോയൊരു കാലം. ഒന്നും പറയാതെ അച്ഛൻ പോയി. നാല്പത്തി രണ്ട് ദിവസമായി തോരാതൊഴികിയ കണ്ണീരന്നത്തോടെ തോർന്നു. അതുവരെ ഞാൻ താലോലിച്ച സ്വപ്നങ്ങളൊക്കെയും ആരും കാണാതെ അച്ഛനോടൊപ്പം ഞാനാ തെക്കേപ്പഴയിലേക്കൊഴുക്കി വിട്ടു. ചുറ്റിലും നിറഞ്ഞുനിരന്ന ബന്ധുമിത്രാദികൾക്കിടയിലും ഞാൻ അനാഥയാക്ക പ്പെട്ടിരിക്കുന്ന എന്നൊരു തോന്നൽ.

ഇഴയട്ടപ്പങ്ങളിലെവിടെയൊക്കെയോ ഒരു വിള്ളൽ സംഭവിച്ചിരിക്ക ന്ന പോലെ. ഒരു വീട്ടിലെ എല്ലാവരും വെവ്വേറെയായി അനാഥരാക്ക പ്പെട്ടിരിക്കുന്നു. കൂട്ടിയിണക്കി നിറുത്തിയിരുന്ന കണ്ണി അറ്റുപോയിരിക്ക ന്നു. ഇനിയെങ്ങനെയായിരിക്കും ജീവിതം മുന്നോട്ട് പോവുകയെന്നൊരു രൂപവുമില്ല. പരിചിതമായ ഇടത്ത് നിന്ന്, പരിചിതരായ ആളുകളിൽ നിന്നൊക്കെ ഓടിയകന്ന് ലോകത്തിന്റെ മറ്റേതെങ്കിലും കോണിൽ ഒളിക്കാനായിരുന്നെങ്കിൽ എന്ന ചിന്തയിൽ മനസ്സ് ഉരുകിക്കൊണ്ടേ യിരുന്നു. ഇല്ല, എനിക്കൊന്നും സംഭവിച്ചിട്ടില്ലെന്ന് പുറമെ ബോദ്ധ്യ പ്പെടുത്താനുള്ള നാട്യവും.

എല്ലാ പ്രശ്നങ്ങൾക്കുമൊരു പരിഹാരമായിട്ടാണവർ കല്യാണം എന്ന ഒറ്റമൂലി നിർദ്ദേശിക്കുന്നത്. അഭിപ്രായങ്ങൾ പറയാൻ കെൽപ്പി ല്ലാത്ത വിധം മനസ്സ് തളർന്നിരിക്കുന്ന കാലം. എന്തുമാകാം, ഏതുമാകാം എങ്ങനെയുമാകാം. ആർക്കും എന്തും തീരുമാനിക്കാം എന്ന നിസ്സംഗത. അങ്ങനെയാണവർ വന്നത്. രണ്ട് പ്രഴക്കുക്കരെ നിന്നാണ് വരവ്. വല്യ ച്ഛൻ വലിയ ഉത്സാഹത്തിലായിരുന്നു. ചെക്കന് കൽക്കത്തയിലാണ് ജോലി. അത് കൊള്ളാല്ലോന്ന് ഞാൻ മറ്റാരും കേൾക്കാതെ എന്നോട് മാത്രമായി പറഞ്ഞു. അക്കാലത്ത് എനിക്കേറ്റവും ഇഷ്ടമുള്ള സ്ഥലം

കൽക്കത്തയായിരുന്നു. ആശാപൂർണ്ണാദേവി പറഞ്ഞു കൊതിപ്പിച്ചവച്ച കൽക്കത്ത. അവര് മൂന്നോ നാലോ പേരുണ്ടായിരുന്നു. ഞാൻ കൽക്കത്തക്കാരൻ ചെറുക്കനെ മാത്രമേ ഓർക്കുന്നുള്ളൂ. എന്നേക്കാൾ ആറോ ഏഴോ ഇഞ്ച് പൊക്കം കൂടുതലുണ്ടാവും. അത് ഓക്കെ. അതിത്തിരി കുറവായിരുന്നെങ്കിലാകെ പ്രശ്നമായേനെ. എന്തായാലെന്താ എന്ന് പറഞ്ഞ് അയ്യോ പാവമായിരുന്ന ഞാൻ പൊരുത്തങ്ങൾ ഒന്നൊന്നായി നോക്കി തുടങ്ങി. നിറം പെർഫെക്ട് ഓക്കെ. എന്നേക്കാൾ ലേശം കുറവ്. ഹോ.. രക്ഷപ്പെട്ടു, ആ പഴി കേൾക്കണ്ടല്ലോ. നാണം എന്ന സംഗതി തൊട്ട തീണ്ടീട്ടില്ലാത്ത ഞാൻ വരാൻ പോകുന്ന ചോദ്യാവലിയിൽ ആകാംക്ഷപ്പെട്ട് തലയുയർത്തി നിന്നു.

"എവിടെയാ പഠിച്ചത്" ചോദ്യം ഒന്ന്.

"മാല്യങ്കര എസ്.എൻ.എം. കോളേജിൽ എം.എസ്സ്സി., ഡിഗ്രീം പ്രീഡിഗ്രീം ഇരിഞ്ഞാലക്കുട സെന്റ് ജോസഫ്ളിൽ"

മാല്യങ്കരയ്ക്ക് എന്തെങ്കിലും പോരായ്മകളുണ്ടെങ്കിൽ അടുത്ത കോളേജിന്റെ ജാഡയിൽ അതെല്ലാം നികന്നുപോട്ടെ എന്നുകരുതി ഞാൻ വിശദമായിത്തന്നെ റിപ്പോർട്ട് സമർപ്പിച്ചു.

"മാല്യങ്കരയോ.. ഞാനും അവിടെയായിരുന്നു. ബോട്ടണി. വിദ്യാ സാഗർ സാറ് തന്നെയാണോ ഇപ്പഴും പ്രിൻസിപ്പാൾ. ?"

"ഞാനും ബോട്ടണി" ആ പൊരുത്തത്തിൽ ഞാനും മൂക്കും കുത്തി വീണു. പെണ്ണ് കാണലിന്റെ മുഴുവൻ ഔപചാരികതയും ആ ഒരൊറ്റ ചോദ്യത്തോടെ തീർന്നു.

പിന്നങ്ങോട്ട് ഞങ്ങളൊരു കുതിപ്പായിരുന്നു. രണ്ട് എസ്.എൻ.എം. അല്ുമ്നികൾ മറ്റാരേം ഗൗനിക്കാതെ ഒന്നിച്ച് പുറകോട്ട് കുതിച്ചു. സകല സാറമ്മാരുടേം ടീച്ചർമാരുടേം വർണ്ണനകളും ചരിത്രങ്ങളും പരസ്പരപൂരകങ്ങളായി നിരന്നു. ബോട്ടണി ഡിപ്പാർട്ട്മെന്റിന്റെ ഓരോ മൂക്കും മൂലയുമെടുത്ത് ഞങ്ങളതിന്റെ ഭ്രമിശാസ്ത്രപഠനം നടത്തി. ആ നിമിഷങ്ങളിലൊന്നിൽത്തന്നെ ഈ ചെറുക്കനൊളൊരു സുന്ദരനാണല്ലോ എന്ന സത്യം ഞാൻ തിരിച്ചറിഞ്ഞു. വിശേഷങ്ങൾ പറഞ്ഞു തീരാതെയാണ് അന്ന് ഞങ്ങൾ പിരിഞ്ഞത്. ഇനിയും ഒന്നരണ്ട് ചോദ്യങ്ങൾ ബാക്കി വന്നല്ലോ..ന്ന് ഞാൻ വ്യാകുലപ്പെട്ടു. സംഘം പിരിഞ്ഞപ്പോൾ വല്യച്ഛൻ എന്നോട് മാത്രമായി പറഞ്ഞു, ഇത് അവർക്കിഷ്ടായാൽ പിന്നൊന്നും നോക്കണ്ട. നമ്മുടെ ഭാഗ്യമാണ്. അവരാണെങ്കിലോ ഒന്നാം പുഴ കടക്കും മുമ്പേ തന്നെ സംഘത്തിലെ നാലാമനെ ദൂതമായി വിട്ടു. സമ്മതം സന്തോഷം. വല്യച്ഛൻ വീണ്ടും പറഞ്ഞു, ഭാഗ്യം, നമ്മുടെ ഭാഗ്യം.

 കമലവിലാസ് കൺമഷി

അടുത്ത കുടിക്കാഴ്ചകൾക്കുള്ള കുടിയാലോചനകളായി. ഇനിയും പറഞ്ഞു തീരാത്ത വിശേഷങ്ങൾ ഹുഗ്ലീ നദിക്ക് കുറുകെ ഹൗറാ ബ്രിഡ്ജിലൂടെ നടന്ന് ഞങ്ങൾ പറഞ്ഞു തീർക്കുന്നത് ഞാൻ സ്വപ്നം കണ്ടു.

ഒരാഴ്ച കഴിഞ്ഞില്ല. അന്ന് വല്യച്ഛൻ അത്ര സന്തോഷത്തിലല്ല വന്നത്.

"നമുക്ക് ആ കാര്യം വേണ്ട"

ഓ.. വേണ്ടെങ്കിൽ വേണ്ട എന്ന ഭാവത്തിൽ നാട്യതിലകം ഞാൻ മൗനം പൂണ്ടു.

"കല്ലൂര് ചെന്നപ്പോൾ പ്രകാശനും ബേബീമൊക്കെ പറഞ്ഞു അച്ഛ നില്ലാത്ത ആ കൊച്ചിനെ ഇത്ര ദൂരേയ്ക്കൊന്നും പറഞ്ഞയയ്ക്കണ്ടെന്ന്" വിശദീകരണക്കുറിപ്പും വന്നു.

ബദൽ നിർദ്ദേശവുമുണ്ടായിരുന്നു.

"നമുക്ക് പരിചയമുള്ളൊരു പയ്യനുണ്ട്. നല്ല ജോലി, നല്ല കുടുംബം. നമുക്കതാലോചിക്കാം. നമ്മുടെ കണ്ണംവട്ടത്തിലുണ്ടാവ്വല്ലോ.."

ആ കഥയവിടെ തീർന്നു. പുതിയ കഥ പുരോഗമിച്ചു. എങ്കിലും ലക്ഷ ണശാസ്ത്ര പ്രകാരം റേഷൻകടയോട് ചേർന്ന ആ വീട് ഏതായിരിക്കും എന്ന് ആ വഴിക്ക് യാത്രചെയ്യുമ്പോഴൊക്കെ എന്റെ കണ്ണുകൾ വെറുതെ തിരഞ്ഞു കൊണ്ടേയിരുന്നു.

ഓർമ്മയിലൊരു നിശബ്ദ വിപ്ലവം

"**ശാ**ന്തേ... ഇവളിതേവരെ വയസ്സറീച്ചില്ലേ.."

അമ്മൂമ്മയാണ്. വടക്കേലെമ്മൂമ്മ. അച്ഛന്റെ വല്ല്യമ്മ. രണ്ടുമൂന്ന് വിരലിന് ഒന്നിച്ച് ഊഞ്ഞാലാടി കളിക്കാനാകും വിധം നീട്ടിയിട്ട കാത് ആട്ടിയാട്ടി വെളുത്ത മുണ്ടും ബ്രോച്ചെയുടെ വെള്ളച്ചട്ടയുമിട്ട് തൊണ്ണൂറ് ഡിഗ്രിയിൽ മുന്നോട്ടാഞ്ഞ് തെക്കെനടവഴിച്ചറ്റി പടിഞ്ഞാറേ റോഡിലൂടെ നിത്യേന രാവിലെ വീട്ടിലെത്തുന്ന അമ്മൂമ്മ. ഇതുകൂടാതെ ഒരമ്മൂമ്മ കൂടിയുണ്ടായിരുന്നു എനിക്ക്. പടിഞ്ഞാറേലെമ്മൂമ്മ. അച്ഛന്റെ കുഞ്ഞമ്മ. സുന്ദരി. പണ്ട് കാലത്ത് പടിഞ്ഞാറേലേച്ചച്ഛൻ കൊണ്ടുവരുന്നതിനും മുമ്പേ പടിഞ്ഞാറ് നിന്നും കിഴക്കോട്ട് തോഴിമാരുമൊന്നിച്ച് അമ്പലം ചുറ്റാൻ പോകുന്ന സുന്ദരിയെ ഒരു നോക്ക് കാണാൻ വഴിക്കിരുവശത്തുനിന്നും കണ്ണുകൾ പുറകേ പായുമായിരുന്നത്രേ.. കഥയിലെ രാജകുമാരിയെ ഞാനെന്റെ സങ്കല്പലോകത്തേക്ക് ആനയിച്ച് കൊണ്ടുവരാറുണ്ട്. ശരിയായിരിക്കും. ഞാൻ കാണുന്ന കാലത്തൊക്കെ പടിഞ്ഞാറേലമ്മൂമ്മയ്ക്ക് നല്ല സൗന്ദര്യബോധമാണ്. അവർ ഉടുത്തൊരുങ്ങിയാൽ തിരിഞ്ഞും മറിഞ്ഞും കണ്ണാടി നോക്കുമായിരുന്നു. ഇണികൾ കഴുകി വിരിച്ചാൽ കണ്ണട വച്ചൊരു പരിശോധനയൊക്കെയുണ്ട്. പടിഞ്ഞാറേലമ്മൂമ്മയിൽ നിന്നാണ് സുന്ദരിമാർക്കൊക്കെ വല്ലാത്ത സൗന്ദര്യബോധമാണല്ലോ എന്ന ചിന്ത എന്നിൽ വളർന്നത്.

"ഇല്ല.. ഞാനറിഞ്ഞില്ലിതുവരെ" അമ്മൂമ്മയുടെ ചോദ്യത്തെ കൊച്ചമ്മ കയ്യൊഴിഞ്ഞു.

"പറയാഞ്ഞിട്ടാവും. ഇപ്പഴത്തെ പെമ്പിള്ളേരൊക്കെ ഇങ്ങനെയാ.. ഇതൊക്കെ ആരുമറിയാതൊളിപ്പിച്ച വയ്ക്കും. ആണോടീ.. പറയാഞ്ഞിട്ടാണോ...." അമ്മൂമ്മ ചോദ്യം എന്റെ നേരെ നീട്ടിയെറിഞ്ഞു.

ഞാൻ മുറ്റത്ത് വലിയ ആല്വമിനിയച്ചരുവം ചാരമിട്ട് തേച്ചുമിനുക്കുന്ന

തിരക്കിലായിരുന്നതിനാൽ ഒറ്റവാക്കിലുത്തരം പറഞ്ഞു തീർത്തു.

"അല്ല"

പറഞ്ഞതല്ല മനസ്സിൽ നിറഞ്ഞത്. അതൊരു ശബ്ദമില്ലാത്ത പതംപറച്ചിലായിരുന്നു. ഇത്രേം കാലോം ഒരാളുമെന്റെ വയസ്സ് പറയുന്നത് ഞാൻ കേട്ടിട്ടില്ലല്ലോ. ഇനീപ്പ ഞാനാണോ നിങ്ങളോടൊക്കെ വയസ്സറീക്കണ്ടത്. എല്ലാർക്കുണ്ടല്ലോ കൊല്ലത്തിലൊരു പിറന്നാളും അമ്പലത്തിലൊരു പായസോ പുഷ്പാഞ്ജല്യോക്കെ.. ഇത്രേം കാലോം അറിയാത്ത വയസ്സൊക്കെ ഇനീപ്പെന്തിനാ അറിയണെ..

എനിക്കാ ചോദ്യോത്തര പംക്തി ഇടരുന്നതിൽ തീരെ താത്പര്യ മില്ലായിരുന്നു. എന്നെ ഒരു വിചാരണയ്ക്ക് ക്ഷണിക്കും പോലെ. എനി ക്കത്ര ജ്ഞാനമില്ലാത്ത വിഷയമാണ്. എനിക്ക് മുമ്പേ വളർന്നത് രണ്ട് ചേട്ടൻമാരാണ്. അവരിൽ നിന്ന് ഒന്നും കണ്ടുപഠിക്കാനായില്ല. പുറകേ വളരുന്നത് രണ്ട് അനിയൻമാരും

ഞാനെന്റെ ക്ലാസ്സിലെ ചെറിയ കുട്ടിയാണ്. അക്കൊല്ലം തന്നെയാണ് പത്താംക്ലാസ്സിലെ എന്റെ ക്ലാസ്സ് ടീച്ചർ ഹരിദാസ് സാറ് ക്ലാസ്സിൽ വച്ച് പറഞ്ഞത്.

"ഏറിയാലൊരു ഇരുപത്തഞ്ച് കിലോ കാണും. വേണമെങ്കിലീ കൈത്തണ്ടയിൽ തൂങ്ങിക്കോളൂ.. കൃത്യം തൂക്കം ഞാൻ പറയാം"

ഞാൻ തൂങ്ങിയില്ല. അന്ന് സാറെന്റെ വിഷമം മാറ്റാൻ പറഞ്ഞതാണ്. സാറ് ക്ലാസ്സിലേക്ക് വന്നു കയറുമ്പൊ എല്ലാരും ചേർന്ന് പൊരിഞ്ഞ വർത്തമാനമായിരുന്നു. ഞാൻ മുൻപന്തിയിലുണ്ടായിരുന്നു, ഇരിപ്പിട ത്തിന്റെ കാര്യത്തിലും വർത്തമാനത്തിന്റെ കാര്യത്തിലും. അത്രയേറെ അശ്ശതമായിരുന്നു എനിക്കാ വാർത്ത കേട്ടിട്ട്. ഒരാണ് പെണ്ണായിരി ക്കുന്നു. ശ്രീകലയാണാ വാർത്ത ക്ലാസ്സിലെത്തിച്ചതെങ്കിലും സാറിന്റെ ശാസന എന്നെ നോക്കിയായിരുന്നു. എനിക്ക് കരച്ചിൽ വരുന്നുണ്ടാ യിരുന്നു. ഞാൻ ചെറിയ ചിന്തകളും വലിയ കൗതുകങ്ങളുമുള്ള ചെറിയ കുട്ടിയായിരുന്നു.

വയസ്സറിയിക്കുക, പുറത്താവുക, തീണ്ടാരിയാവുക ഇതൊക്ക എനിക്കറിയാത്ത കാര്യങ്ങളായിരുന്നു. ഞങ്ങളുടെ വീട്ടിൽ അത്തരം പരസ്യഭാഷണങ്ങളില്ലായിരുന്നു. എനിക്കീ വിഷയത്തിൽ ആകെയുള്ള അറിവ് ഏഴാം ക്ലാസ്സിലെന്നോടൊപ്പം സ്ക്ളിലേക്ക് നടക്കാറുള്ള, എന്നേ ക്കാളൊക്കെ വലിയകുട്ടിയായ ശാന്തയെക്കുറിച്ചുള്ളതാണ്. ചില ദിവസ ങ്ങളിൽ ശാന്ത അമ്പലമുറ്റത്തൂടെ ക്ലാസ്സിലേക്ക് കയറാൻ മടി പറയും. അപ്പൊ ഞങ്ങൾ പോലീസ് സ്റ്റേഷന്റെ മുറ്റത്തൂടെ ഷോർട്ട് കട്ടിക്കും.

എനിക്ക് പോലീസിനെ പേടിയില്ല. അവരൊക്കെ ഞങ്ങളുടെ കടയിലെ നിത്യസന്ദർശകരാണ്. ബുധനാഴ്ചകളിലെ ക്ലാസ്സ് മീറ്റിംഗിന് ഏവർവേ സിൽ വയ്ക്കാനുള്ള ചെത്തിപ്പൂങ്കുല അവരുടെ മുറ്റത്തെ ചെത്തിയിൽ നിന്നാണ് ഞാൻ പറിക്കാറുള്ളത്. ഞാനവരോടൊക്കെ ചിരിക്കും. ശാന്ത അവരോടൊന്നും ചിരിക്കില്ല. ശാന്ത പുറത്താണല്ലോ.

ദൂരത്തെ ഹൈസ്ക്കൂളിലേക്കെത്തിയത് ചെറിയ കുട്ടികളുടെ കൂട്ടമാ യിരുന്നു. വലിയ കുട്ടികൾ പിന്നെയും തോറ്റകാണം. അപ്പോഴേക്കും ഞങ്ങളുടെ വലിയ വർത്തമാനങ്ങളിൽ ചില കുഞ്ഞുകുഞ്ഞു സംശയങ്ങൾ വന്ന് തലപൊക്കാൻ തുടങ്ങിയിരുന്നു. ഒരു കുട്ടിടെ പച്ചപ്പാവാടയിൽ ഇരുണ്ട നനവ് കണ്ടത്. മറ്റൊരു കുട്ടി പെറ്റിക്കോട്ടിനടിയിൽ പുതിയ ടൈപ്പ് ബോഡിയിട്ടുന്നുണ്ടെന്ന രഹസ്യസന്ദേശം പരന്നത്. അത് സ്ഥിരീകരിക്കാനായി കൂട്ടത്തിലൊരാൾ ആ കുട്ടിടെ പുറത്തൂടെ കൈ പായിച്ച് കുട്ടിയിലെന്തോ തടഞ്ഞെന്നൊരു സ്ഥിരീകരണ റിപ്പോർട്ട് സമർപ്പിച്ചത്. ഇത്രയൊക്കെയായിട്ടും കുട്ടികൾ ഉണ്ടാകുന്നത് എങ്ങനെ യെന്ന സമസ്യ പൂരിപ്പിക്കാനാകാതെയാ സ്ക്കൂൾ കാലം കഴിഞ്ഞുപോയി.

അന്ന് അതിന് ഏതാണ്ട് പരിഹാരമാകേണ്ടതായിരുന്നു. ഞങ്ങൾ താഴഞ്ചിറ പാടം കടന്ന് അമ്പലത്തിനടുത്തെത്തിയപ്പോഴായിരുന്നു ആരോ വലിയൊരറിവ് പങ്ക് വച്ചത്. അച്ഛനും അമ്മയും ഒരുമിച്ച് കിട ക്കുമ്പോഴാണത്രേ കുട്ടികളുണ്ടാവുക. "ഒരിക്കലുമല്ല. അടിസ്ഥാനരഹിത മായൊരു പ്രസ്താവനയാണത്. ഞാനിതൊരിക്കലും വിശ്വസിക്കുന്നില്ല. എന്റെ അച്ഛനുമമ്മയും ഒരിക്കലും ഒന്നിച്ചല്ല കിടക്കുന്നത്."

കൂട്ടത്തിലൊരു കൊച്ചാൾ ശക്തിയുക്തം എതിർത്തു.

"അത് ശരിയാണ്." ഞാനും പക്ഷം ചേർന്നു.

അച്ഛൻ കൊച്ചമ്മയെ കല്യാണം കഴിച്ചശേഷവും എത്രയോ കൊല്ലം അച്ഛനോടൊപ്പം കിടന്നിരുന്നത് ഞാനാണ്. മറയ്ക്കരെ ഇളയ ച്ഛന്റെ മോള് ഞങ്ങളുടെ നാട്ടിലെ സ്ക്കൂളിൽ ചേർന്ന് പഠിക്കാനായി വീട്ടി ലെത്തുമ്പോഴാണ് ഞാനാ കിടപ്പ് മാറ്റുന്നത്. എന്നിട്ടും ഞാൻ മൂന്നിൽ പഠിക്കുമ്പോഴും നാലിൽ പഠിക്കുമ്പോഴും എനിക്ക് ഓരോ അനിയൻ മാരുണ്ടായി. അന്ന് ആ വിഷയത്തിലൊരു തീരുമാനത്തിലെത്താനാ കാതെ ഞങ്ങളാ സംശയം അവിടെ ഉപേക്ഷിച്ച് ചെറിയകുട്ടികളായി ഇടരുകയാണുണ്ടായത്.

ചില വലിയ വീട്ടുജോലികളൊക്കെ ചെയ്യുമെങ്കിലും ഞാനും ശാന്തക മാരിയുമൊക്കെ ക്ലാസ്സിലെ ഏറ്റവും ചെറിയ കുട്ടികളായിരുന്നു. എന്നി ട്ടാണ് എന്നെ ഇയ്പോലൊരു വിഷയത്തിൽ വിചാരണ ചെയ്യാൻ

പോണത്. എന്നേക്കാൾ ചെറുതായിരുന്ന ശാന്തകുമാരിയെ നോക്കി ഏതോ ചെറുക്കൻ പറഞ്ഞത്രേ..

"അമ്പലം ചെറുതാണെങ്കിലും പ്രതിഷ്ഠ വലുതാണല്ലോ" . അന്ന് മുതൽ ഞാൻ പ്രാർത്ഥന തുടങ്ങിയതാണ്.

"ദൈവമേ എന്നെ വളരാനനുവദിക്കല്ലേ.. എനിക്ക് ചെറുതായിരു ന്നാൽ മതിയേ.."

പക്ഷേ ദൈവത്തിന് ക്ഷമ കെട്ടു. ദൈവത്തിനെന്നെ ഇത്തിരിക്കൂടി വളർത്തണമെന്നായിരുന്ന ആശ. ഞാനന്ന് പ്രീഡിഗ്രിക്ക് പഠിക്കുക യാണ്. കൊച്ചമ്മയുടെ വീട്ടിൽ നിന്നാണ് പഠനം. ഇരിഞ്ഞാലക്കട യിലെ വലിയ കോളേജിൽ. അവർ വളർച്ചയുടെ കാലഘട്ടത്തിൽ പെൺകുട്ടികൾ അറിയേണ്ടതായ എല്ലാകാര്യങ്ങളും അറിഞ്ഞുമുന്നേ റുന്നതിനായി മൂന്ന് ദിവസത്തെ ഒരു വമ്പൻ ക്ലാസ്സൊരുക്കിയിരുന്നു. പൊന്നുരുന്നിയിലെ കംപ്പച്ചിൻ ആശ്രമത്തിൽ നിന്നെത്തിയ ഫാദർ മാർസൽ ഞങ്ങൾക്ക് നന്നായി വളരാൻ വേണ്ട മുഴുവൻ അറിവുകളും ശാസ്ത്രീയമായിത്തന്നെ പറഞ്ഞുതന്നു. തിങ്ങിനിറഞ്ഞൊരാ വലിയ മനോഹരമായ ഓഡിറ്റോറിയത്തിന്റെയും മാർഗലച്ചന്റെ സുന്ദരമായ ക്ലാസ്സിന്റെയും ഓർമ്മകൾ അന്നത്തെപ്പോലെ തന്നെയിന്നുമെന്റെ കണ്ണുകളെയും കാതുകളെയും വിടർത്തുന്നുണ്ട്.

ഇനി വേണമെങ്കിൽ നീയെന്നെ വളരാനനുവദിച്ചോളൂ ദൈവമേ.. ക്ലാസ്സ് കഴിഞ്ഞപ്പൊ ഞാൻ പഴയ പ്രാർത്ഥന പിൻവലിച്ച് ദൈവത്തിനെ പരീക്ഷണങ്ങളിൽ നിന്നും മോചിതനാക്കി. അങ്ങനെ യൊരു നാളിലാണ് ഞാനെന്റെ പെട്ടിക്കോട്ടിലൊരു ചുവന്ന വട്ടപ്പൊട്ട് കണ്ടത്. ഞാനന്ന് കൊച്ചമ്മയുടെ വീട്ടിലായിരുന്നു. അവിടെ അവരുടെ കുടുംബക്ഷേത്രത്തിൽ ഉത്സവനാളുകളായിരുന്നതിനാൽ ഞാൻ ആ ആഴ്ച എന്റെ വീട്ടിലേക്ക് പോയിരുന്നില്ല.

"എനിക്ക് വീട്ടീപ്പോണം"

ഞാനെന്റെ ആവശ്യം പറഞ്ഞു. അനുവദിക്കപ്പെട്ടു. എനിക്കും അവർക്കും അതാണ് നല്ലത്. അവിടത്തെ ചിട്ടവട്ടങ്ങൾ എനിക്ക് പരി ചിതമായിരുന്നില്ല. അവിടെ പുറത്തായ പെണ്ണ് കൂട്ടത്തിന് പുറത്താണ്. ഒരു പായ കിട്ടും. തലയിണ കിട്ടില്ല. തൊടരുതായ്കളാണേറെ. മര ഉരുപ്പടികളൊന്നും തൊടരുത്. വളരെ ശ്രദ്ധിച്ച നടക്കണം. വിലക്കുകൾ മുഴുവനായും ഒറ്റയടിക്ക് പഠിക്കുന്നതെങ്ങനെയാണ്. എനിക്ക് വേവലാ തിയേറി. ആളെ തൊടരുത്, കട്ടില് തൊടരുത്, ച്ചല് തൊടരുത്, വിളക്ക് തൊടരുത്, പാത്രങ്ങൾ തൊടരുത്, സത്യമുള്ള ചെടികൾ തൊടരുത്,

കിണറ്റിലെ വെള്ളം കോരരുത്. അനുവദിക്കപ്പെട്ട പാത്രത്തിൽ ഭക്ഷണം കഴിച്ച് കഴുകി കമഴ്ണം. ആർത്തവം നിന്നാലും ഇല്ലെങ്കിലും നാലാം നാൾ ഈ കഴുകികമഴ്ണിയ പാത്രങ്ങൾ വെള്ളം തളിച്ച് ശുദ്ധി വരുത്തി അടുക്കളയിലേക്ക് തിരിച്ചെടുക്കപ്പെട്ടും. നിത്യേന ഒരു പൊതു കുളത്തിൽ പോയി അലക്കികളിക്കണം. നാലാംനാൾ പായയടക്കം പോയി മുങ്ങിക്കയറി വന്ന് വീട്ടിൽ കയറാം. എന്റെ ശങ്കകളൊഴിഞ്ഞില്ല. എന്തൊക്കെയാണ് ചാലകങ്ങൾ. കോട്ടൻ വസ്ത്രങ്ങൾ, മര ഉരുപ്പടിക ളൊക്കെ ചാലകങ്ങളാണ്. കുളിച്ച് വന്ന് കയറുന്നേരം ഏതെങ്കിലും അവസാന കണ്ണി ചാലകമാകുന്നുണ്ടോ.. ഉണ്ടല്ലോ എന്നോർത്തെന്റെ യുള്ളിലൊരു ചെറുമന്ദഹാസം വിടർന്നു.

അനുവദിക്കപ്പെട്ട ഇളവുകളിലെ ശാസ്ത്രമോർത്തും ഞാൻ ചിലപ്പോ ഴൊക്കെ ഒറ്റയ്ക്ക് ചിരിച്ചു. മുലയൂട്ടുന്ന അമ്മയ്ക്ക് കുഞ്ഞിനെ തൊടാം. ആ കുഞ്ഞിന് കുളിക്കാതെതന്നെ ആരെയും തൊടാം. ഇനി മുലകുടി നിന്ന കുഞ്ഞാണെങ്കിലും വസ്ത്രമില്ലാതെ ഇതേ സ്വാതന്ത്ര്യങ്ങൾ അനുഭവി ക്കാം. ഇനി വസ്ത്രമുണ്ടെങ്കിൽ തന്നെ അത് നൈലക്സ്/ നൈലോൺ വിഭാഗത്തിൽപ്പെട്ടാൽ ചാലകങ്ങളാകുന്നില്ല. (അന്ന് പോളിസ്റ്റർ എന്ന പേരിൽ വസ്ത്രങ്ങൾ നിലവിൽ വന്നിട്ടില്ല) ഞാനെന്നോട് തന്നെ ചിരിച്ചു. ഞാനോരോ മാസമുറയ്ക്കും അവിടെനിന്നും വിട്ടുനിന്നു. തൊട്ടുകൂടായ്മയുടെ പേര് പറഞ്ഞു ഞാൻ വീട്ടിൽ നിന്നും പുഴ കടന്നും പലവഴികളില്ലൂടെയു ള്ള ബസ്സുകൾ കയറിയിറങ്ങിയും കോളേജിലേക്കും തിരിച്ചും ദീർഘയാ ത്രചെയ്ത് തളർന്ന് ആനന്ദിച്ചു.

കൊച്ചമ്മയുടെ, എന്നേക്കാൾ മൂത്ത അനിയത്തി വിവാഹിതയാകും വരെ അത്യന്തം ആഹ്ലാദത്തോടെയീ ആചാരങ്ങളനുഷ്ഠിച്ചപോന്നിരുന്ന തും ശബരിമലസീസണിൽ കുറേക്കൂടി കഠിനതരമായ നോമ്പുശീലങ്ങ ളനുവർത്തിക്കുന്നതും ഞാൻ കണ്ടുപോന്നിട്ടുണ്ട്. എന്റെ വീട്ടിൽ നിന്ന് ഇത്തരം പോക്ക്‌വരവുകളൊന്നും ഉണ്ടായിട്ടില്ലാത്തതിനാൽ എനിക്കി തൊക്കെയും കൗതുകക്കാഴ്ചകളായിരുന്നു. മീശ വച്ചാൽ പോലീസ് പിടി ക്കുന്ന കമ്യൂണിസ്റ്റ്‌കാലത്ത് കൊമ്പൻമീശ പിരിച്ച് വയ്ക്കുന്നതിലൊക്കെ കൗതുകം കണ്ടെത്തിയ ആളായിരുന്നു എന്റെയച്ഛൻ. അങ്ങനെയുള്ള ഞങ്ങളുടെ വീട്ടിൽ വളർന്ന എനിക്കെന്താചാരം എന്തനുഷ്ഠാനം.

അങ്ങനെയിരിക്കെയാണ് കൊച്ചമ്മയുടെ വീടിന്നകത്തൊരു നിശബ്ദ വിപ്ലവം ഉടലെടുക്കുന്ന കാഴ്ച ഞാൻ കണ്ടത്. ഞാനേ അത് കണ്ടുള്ളൂ ള്ളൂ. കൊച്ചമ്മയുടെ, എന്നേക്കാൾ ഇളയ അനിയത്തിയുടെ ആർത്തവ വിപ്ലവം. എന്റെ ആർത്തവകാലം വളരെ സ്വച്ഛതയാർന്നതായിരുന്നു.

 കമലവിലാസ് കൺമഷി

ആരോരുമറിയാതെ അത് വന്നും പോയുമിരുന്നു. ആ കുട്ടിയ്ക്ത് അങ്ങ നെയുള്ളൊരു വരവായിരുന്നില്ല. ആർത്തട്ടഹസിച്ച് ഛർദ്ദിലുകളേ ടെയാണവിടെ ആർത്തവത്തിന്റെ വരവ് തന്നെ. വയറ് വേദനയിൽ പുളഞ്ഞ് ഉറക്കെയുറക്കെ കരഞ്ഞവൾ പ്രതിഷേധിക്കും. മുകളിലെ മുറിയിൽ ഞങ്ങൾ രണ്ടുപേരാണ് കിടക്കുന്നത്. ഇരുവശത്തായി രണ്ട് പായയിൽ ഞങ്ങൾ കിടക്കും. എനിക്ക് തലയിണയുണ്ട്. അവൾക്ക് വയറിലൊന്ന് അമർത്തിപ്പിടിക്കാനൊരു തലയിണയില്ല. മച്ചിൽ നിന്നും കോർത്തുചുറ്റിയ കയറ്റൂഞ്ഞാലിൽ തൂങ്ങുന്ന ചുരുട്ടിവച്ച പായിൽ നല്ല പഞ്ഞിത്തലയിണകളുണ്ട്. എടുക്കാൻ പോയിട്ട് തൊടാൻ പോലും അനുമതിയില്ല.

പതിയെപ്പതിയെ അവളിൽ ഒരു വിപ്ലവകാരി ഉരുവംകൊള്ളുന്നത് ഞാൻ കണ്ടു. അവൾ ഓടി നടന്ന് ചുരുട്ടിവച്ച പായും തലയിണയും തൊട്ടു. മരക്കോണിയിലൂടെ താഴേയ്ക്കിറങ്ങുമ്പോൾ ആ മരപ്പടികളിലൊ ക്കെ അമർത്തിച്ചവിട്ടി. നടവഴിയിൽ കാണുന്ന കട്ടിലും ചല്ലും മരപ്പെട്ടി യും അമർത്തിത്തൊട്ടു. മുറ്റത്തെ മുളക് ചെടിയും കറിവേപ്പും തെങ്ങിൻ തൈകളും കമുകിൻ തൈകളുമൊക്കെ ഇരുട്ടിൽ തൊട്ടുതൊട്ട് എല്ലാം കരിഞ്ഞുപോകട്ടെയെന്ന് അമർത്തിയ ശബ്ദത്തിൽ പ്രാകി. ചെടികൾ കരിയുന്നുണ്ടോയെന്ന് കാത്തുകാത്ത് ഞാനെന്നും ചെന്നെത്തി നോക്കി ഇതിലൊന്നിന് പോലും സത്യമില്ലല്ലോയെന്ന് ആവലാതിപ്പെണ്ടു. ഒപ്പംത ന്നെ ഒരു നിശബ്ദ വിപ്ലവത്തിന് മൂകസാക്ഷിയായി പിന്തുണയേകാനാ യതിന്റെ ചാരിതാർത്ഥ്യത്തിൽ ഞാൻ ആനന്ദപുളകിതയായി. റിബൽ എന്ന വാക്കിനോടൊപ്പം ഞാനാപ്പേര് കൂട്ടിച്ചേർത്തുവച്ചു. ഇവിടെയാ പേരെഴുതാൻ പോലും എനിക്കിപ്പഴും പേടിയാണ്. അവർ ഒരു വിപ്ലവ കാരിയാണ്. എപ്പഴാണ് വിപ്ലവം പൊട്ടിപ്പറപ്പെടുകയെന്നാരു കണ്ടു.

ഓ.. പിരീഡ്സോ...

ധ്യാനം ശുദ്ധിയും അവരുടെ കൂട്ടുകാരും അടങ്ങുന്ന എട്ടംഗ സംഘം ഇടപ്പള്ളി ചങ്ങമ്പുഴ പാർക്കിൽ കുരുന്നുകൂട്ടം ക്യാമ്പിലാണ്. ചുമതലക്കാരി അമ്മൂമ്മയായി ഞാനും. അവരുടെയിടയിലേക്കാണ് രമ്യ, നാണുവിനെയും നാണിയേയും കൊണ്ടുവരുന്നത്. പ്രായത്തിൽ രണ്ടാളും ഇത്തിരി സീനിയർ. ഴൂന്ന് സന്തോഷമായി. കസിൻസാണ് വന്നിരിക്കുന്നത്. നാണീടെ കൈതൊട്ട നിന്നു അവൾ. പക്ഷേ നാണീടേം നാണുന്റേം മുഖത്ത് ശങ്കയൊഴിഞ്ഞിട്ടില്ല. ഞങ്ങളത്ര കുരുന്നല്ലല്ലോ.. വേണോ വേണ്ടയോ എന്ന ഭാവം. എങ്കിലും രമ്യ പോയി ഗാർഡിയൻ ഇൻ ചാർജ്ജിന്റെ സ്ഥാനത്ത് എന്റെ പേരും പൂരിപ്പിച്ച് മുഴുവൻ ഫീസും ഒരാഴ്ചത്തെ ഭക്ഷണത്തിനുള്ള ചാർജ്ജും ഒന്നിച്ചടച്ച വന്നു. രമ്യയ്ക്ക് ഓഫീസിൽ പോകണം. നാണീടെ അങ്കലാപ്പ് തീരുന്നില്ല. "മായാന്റീ..." രമ്യ എന്നോട് വളരെ ചേർന്ന് നിന്ന് ശബ്ദം താഴ്ത്തി പറയാൻ തുടങ്ങി. "നാണിക്ക് പീരിഡ്സാണ്. അതിന്റെയൊരു അസ്വാസ്ഥ്യങ്ങളാണവ ൾക്ക്." നാണി പിന്നെയും അമ്മയോട് ചേർന്നുനിന്നെന്തൊക്കയോ പറഞ്ഞു. അവസാനം കാര്യങ്ങൾക്കൊരു തീരുമാനമായി. നാണിക്ക് വയറ്റുവേദന. ഇന്ന് ലീവ്. നാളെ വരും. നാണു ക്ലാസ്സിൽ ഇരിക്കട്ടെ.

കുരുന്നുകൂട്ടം ആഹ്ലാദത്തോടാഹ്ലാദം. ക്യാമ്പിലും, പരിശീലനം കഴിഞ്ഞാലുടൻ പാർക്കിലും അവർ ഒന്നിച്ച തിമർത്തു വിയർത്തു. ഊഞ്ഞാലും ഊർന്നിറക്കോം കുട്ടയോട്ടോം എല്ലാത്തിനും കൂടെ സമയം പോരെന്നായി. പാട്ടെഴുത്തും പാട്ടൊരുക്കോം നാടക ഡയലോഗം അഭിനയോം എല്ലാം കൂടെ ഉഷാറോട്ടുഷാറ്.

വീട്ടിൽ വന്ന് രണ്ടാം ദിവസത്തേയ്ക്കുള്ള ഒരുക്കത്തിരക്കൊഴിഞ്ഞ് എന്നെയൊറ്റയ്ക്ക് ബെഡ്റൂമിൽ കിട്ടിയ നേരം ഴൂതു കൂടെവന്ന് എന്റെയ ടുത്ത് ബെഡ്ഡിൽ ചാഞ്ഞു.

"അമ്മുമ്മേ... നിയ്യൊരു സംശയം ചോയ്ക്കാനുണ്ട്."

"ചോദിച്ചോളൂ... ഇമ്മ് ചോയ്ക്കാം."

"അതേയ്... എന്തായീ പീരീഡ്സ്?"

പത്തു വയസ്സെത്തിയെങ്കിലും നാട്ടുമ്പുറത്തെ കുട്ടികളുടെ പക്വതയും അറിവും നഗരത്തിലെ കുട്ടികൾക്കില്ലല്ലോ എന്നൊരു തോന്നലെനി ക്കെപ്പോഴുമുണ്ട്. പുത്തൻവേലിക്കര വീടിന്റെ അപ്പുറത്തെ വീട്ടിലെ അമ്മിണിച്ചേച്ചീടെ പേരക്കുട്ടി ഹരിപ്രിയ ഇളളുനേക്കാളും ചെറുതാണെങ്കി ലും അവളുടെ പെരുമാറ്റേം വർത്തമാനങ്ങളും ഇതിലും വല്യതാണല്ലോ.. ന്ന് ഞാനെപ്പഴും ഓർക്കാറുണ്ട്. ഇളളുനിപ്പഴും കളിചിരീം കുത്തിമറിച്ചിലും നിറയെ സ്നേഹവും മാത്രം. അതാണോ ശരി അതോ ഇതാണോ ശരി എന്നൊരു ചിന്തയും ഇടയ്ക്കിടെ എന്റുള്ളില്ലൂടൊന്ന് കടന്നു പോകാറുണ്ട്. അതുകൊണ്ടുതന്നെ എന്റെ ഉത്തരങ്ങൾ ശരിയാകണം എന്നെനിക്ക് തോന്നുന്നുണ്ട്. പക്ഷേ പത്തു കൊല്ലം തികച്ചും കളിച്ചുകളഞ്ഞ, തെരു വോരങ്ങൾ പരിചയമില്ലാത്ത, അവിടത്തെ കുട്ടികളുടെ വലിയ വർത്ത മാനങ്ങൾ കേട്ടിട്ടില്ലാത്തയീ കുട്ടികളെ എങ്ങനെയാണ് പരുവപ്പെട ത്തേണ്ടതെന്ന് എനിക്കറിയാതെ പോകുന്നല്ലോയെന്ന് ഞാനെപ്പോഴും വിഷാദചിത്തയാകാറുമുണ്ട്. ജീവശാസ്ത്രം പഠിച്ച് മാസ്റ്റർ ബിരുദമെടുത്ത എനിക്കീ പത്തുവയസ്സുകാരീടെ ചോദ്യത്തിനു മുമ്പിലെങ്കിലും ശോഭിക്കൻ പറ്റുന്നില്ലെങ്കിൽ "ഐ പിറ്റി യൂ"എന്ന് എന്നോട് തന്നെ ഇംഗ്ലീഷിൽ പറഞ്ഞ് മലയാളത്തിൽ സഹതപിക്കയല്ലാതെന്തു വഴി

"അത് ഇളളു, പെൺകുട്ടികൾ വളർന്ന് വല്യതാവുന്നതിന്റെ അടയാള മാണ് പിരീഡ്സ് ആകുന്നത്."

"എങ്ങനെയാണത്?"

"മൂത്രം വരും പോലെ ബ്ലഡ് വരും. അത് പേടിക്കണ്ടാത്തതാണ്. മാസത്തിലൊരിക്കലേ വരൂ. അപ്പൊ ഉപയോഗിക്കാൻ സാനിറ്ററി പാഡ്ഡുണ്ട്."

"അങ്ങനെയാണോ... ഞാൻ വിചാരിച്ചു...." എന്താ വിചാരിച്ചതെന്ന് ഞാൻ ചോദിച്ചില്ല.

"എനിക്കെപ്പഴാ അമ്മുമ്മേ പിരീഡ്സ് വര്വാ..."

"ഇത്തിരി കൂടി വല്യതായിട്ടേ വരൂ"

"പെൺകുട്ടികൾ അമ്മയാകാൻ പാകമാകുന്നതാണ്."

"ആണോ... അപ്പൊ അത് നല്ലതല്ലേ.. രമ്യാന്റിക്ക് നല്ല സന്തോഷ മായിരിക്കുമല്ലോ....."

"ഴുന് ഇപ്പൊ വന്നാൽ കഷ്ടമല്ലേ. മോൾക്കതൊക്കെ മാനേജ് ചെയ്യാൻ വല്യേ പാടാവ്വല്ലേ... കണ്ടാൽ പേടിക്കരുത്ട്ടോ"

"ഏയ് എനിക്കൊരു പേടില്ലേ, പാട്ടല്ലു. ഞാൻ മാനേജ് ചെയ്തോളാം."

"അപ്പൊ നാണിച്ചേച്ചിക്ക് ഇപ്പൊത്തന്നെ വാവയുണ്ടാവോ?" ഞാനൊന്ന് വെട്ടിൽ വീണു.

"അതൊക്കെ കല്യാണം കഴിഞ്ഞേ വാവ വര്വ."

"അപ്പൊ അമ്മക്കിനീം വേറെ കല്യാണം കഴിക്കണോ വേറെ വാവ യുണ്ടാവാൻ?" വെട്ടുകുഴികൾ തീരുന്നില്ല.

"അങ്ങനെയില്ല. ഒരുപ്രാവശ്യം കല്യാണം കഴിച്ചാൽ മതി. വേണ മെങ്കിൽ ഇനീം വാവീണ്ടാവും." കാത്തോളണേന്റെ സംശയം മുത്തശ്ശീ.... ഇതിനൊരു അവസാനമിട്ട് തരണേന്ന് മനസ്സിലോർത്ത് ഞാൻ പ്രാ ർത്ഥിച്ചു.

"അതല്ലമ്മേമ്മേ...." ചോദ്യം തീരണില്ല. സംശയമുത്തശ്ശി കനിയണി ല്ല.

"പീരീഡ്സ് നല്ലതല്ലേ? പിന്നെന്തിനാ രമ്യാന്റി അമ്മൂമ്മയോട് പതുക്കെ ആരും കേൾക്കാതെ പറഞ്ഞത്.." കാലിൻമേൽ കാൽ കയറ്റി വച്ച് കിടന്നുകൊണ്ട് പത്ത് വയസ്സുകാരി രാസാത്തിക്കുട്ടി പിന്നേം കെട്ട് പൊട്ടിക്കയാണ്.

"അത് ഒന്വല്ല. വെറുതെ എല്ലാരും അങ്ങനെ പതുക്കെ ചോദിക്ക ണേന്നേയുള്ളൂ. അതില് വല്യേ കാര്യോന്ത്വല്ല. നമ്മള് വയറെളക്കം വന്നാലും ഗ്യാസിട്ടാലും പയ്യേല്ലേ പറയ്യ. അത്രേള്ള ഇതും. ഴുംം പയ്യെ പറഞ്ഞാമതി."

കല്യാണം എന്ന ഏർപ്പാടില് വല്യേ താത്പര്യമില്ലാത്തോണ്ടും, കുഞ്ഞുനെപ്പോലത്തെ ഒരു കുറുമ്പൻ വാവയെ നോക്കി വളർത്താൻ വല്യേ പാടായോണ്ടും അത്തരം കലാപരിപാടിയിലേക്കൊന്നും താനില്ലെന്ന് പണ്ടേ നയം വ്യക്തമാക്കിയിട്ടുള്ളതാണ് ഴുു. "എനിക്ക് കല്യാണോം കഴിക്കണ്ട. വാവേം വേണ്ട." എല്ലാരും കല്യാണം കഴി ക്കണമെന്ന് യാതൊരു നിർബന്ധവുമില്ലെന്നും അപ്പൊ ഇഷ്ടം തോന്ന ന്നുണ്ടെങ്കിൽ മാത്രം കല്യാണം കഴിച്ചാൽ മതിയെന്നും ഞാനും നയം വ്യക്തമാക്കി അനുമതി കൊടുത്തിട്ടുള്ളതാണ്.

"ഞാനിവിടന്ന് പോക്വല്ലോ... അപ്പൊ ഴുഢീ.. നീ മാത്രല്ലേ ഈ വീട്ടില്വണ്ടാവ്വ" ഏഴ വയസ്സുകാരൻ ഭാവി പരിപാടികൾ ആസൂത്രണം ചെയ്യുന്നതിനിടയ്ക്കെപ്പൊഴൊക്കെയോ പറഞ്ഞ് കേട്ടപ്പൊഴൊക്കെയും

ഞാൻ സംശയം ചോദിച്ചിട്ടുണ്ട്.

"നീയിതെങ്ങോട്ട് പോണ് കുഞ്ഞൂ"

വിദേശമാണോ ലക്ഷ്യം എന്ന് ഉള്ളിലിരിപ്പറിയാൻ ചോദിച്ചപ്പോ ഴൊക്കെ അവനും നയം വ്യക്തമാക്കീട്ടുള്ളതാണ്.

"ഞാൻ കല്യാണം കഴിച്ച് ഇവിടന്ന് പോക്വല്ലോ... അപ്പൊ ഋദ്ധിയ ല്ലേ ഇവിടുണ്ടാവുക."

അവൻ കല്യാണം കഴിച്ച് മറ്റൊരു വീട്ടിലേക്ക് മാറുന്നു. ഋദ്ധി കല്യാണം കഴിക്കാത്തതിനാൽ ഇവിടെത്തന്നെ നിൽക്കുന്നു. അവനും കല്യാണക്കാര്യത്തിൽ ചില തീരുമാനങ്ങളൊക്കെ ആയിക്കഴിച്ചു. (പത്തിരുപത്തിരണ്ട് വയസ്സുകഴിഞ്ഞിട്ടും കഴഞ്ഞുമറിഞ്ഞു കിടന്നിരുന്ന എന്റെ മനസ്സിനെ ഞാനൊന്ന് തിരിഞ്ഞുനോക്കി പിന്നേം പിറ്റിയടി ച്ചു) രണ്ട് കാര്യങ്ങളിലും ശങ്കയേതുമില്ല. കുട്ടികളെ പരിപാലിക്കേണ്ട ചുമതല അവനല്ലല്ലോ എന്ന ആശ്വാസചിന്ത കുഞ്ഞുമനസ്സിലേ കേറി പറ്റിയോ അവന്റെ മനസ്സിലെന്ന് ഞാനൊന്നുള്ളാലെ കലമ്പി. കുഞ്ഞും ഋദ്ധും ഈക്വൽ ഡിവിഷനിൽ വീതിച്ചെടുത്ത് വീട്ടിലെ ജോലികൾ ചെയ്യോളണം എന്ന് രണ്ടാളോട്ടും പറയാറുള്ളതാണെപ്പഴും. എന്നിട്ടും അവനങ്ങനെ ധരിച്ചുവോ.

അങ്ങനെയുള്ള കുഞ്ഞു എന്നും ധ്യാന എന്നും സമയാസമയം പോലെ ഭേദഗതികൾ വരുത്തി ഞങ്ങൾ പുന്നാരിച്ചും ശാസിച്ചും വിളി ക്കുന്ന ധ്യാൻ ശ്രേയസ്സിന്റെ മാസ് എൻട്രിയാണ് അടുത്ത രംഗം.

" എനിക്കീ പീരീഡ്സൊക്കെ ഇഷ്ടമാണമ്മൂമ്മേ...."

സ്വന്തം അഭിപ്രായത്തിലുറച്ച് നിന്ന വിഷയം വിടാതെ ഋദ്ധി. കുഞ്ഞു കുഞ്ഞ് ഡയലോഗ് മുറിയിലേക്കുള്ള കയറ്റിറക്കങ്ങളിൽ അവനും കേട്ടി രുന്നു. അവനെ ഒളിക്കാനിത് അവനെതിരേയുള്ള ഋദ്ധ തന്ത്രങ്ങളൊ ന്നുമല്ലല്ലോ എന്നതിനാൽ ഋദ്ധ സംസാരത്തിൽ ഒളിവൊട്ട വച്ചതുമില്ല. അതല്ല, വിഷയം ഋദ്ധതന്ത്രങ്ങളാണെങ്കിൽ സമയോചിതം ജാഗ്രതാ നിർദ്ദേശങ്ങൾ തരാനും സ്വയം ജാഗ്രുകരാകാനും ഇരുവരും അഗ്ര ണ്യരുമാണ്. കുഞ്ഞു കട്ടിലിലേക്ക് കയറുന്നു. കാലിൽ കാല് കയറ്റി വച്ച് കിടന്ന് അനായാസേന സംഭാഷണത്തിലേക്ക് പങ്കുചേരുകയാണ്.

"ഓ... പീരീഡ്സോ.. ഇതൊക്കെ എനിക്കെത്ര പ്രാവശ്യം വന്നിരി ക്കുന്നു."

ഭാവം വീരം തന്നെ. ഞാനും ഋദ്ധും ചിരി തുടങ്ങും മുമ്പേ പരസ്പരമൊ ന്ന് കണ്ണെറിഞ്ഞു.

"ഞാനാരോട്ടും പറയാതിരുന്നോണ്ട് ആരും അറിയാഞ്ഞതാണ്."

"ഇന്നാള് വന്ന വയറ്റുവേദനയും പിരീഡ്‌സായിരുന്നു. സത്യം."

ക്ലാസ്സിൽ പോകാനിഷ്ടം തോന്നാത്ത ദിവസങ്ങളിലൊക്കെ അവനെ പിടിക്കൂട്ടുന്ന വയറ്റുവേദനയ്ക്കൊരു കാരണം വീണുകിട്ടിയതിന്റെ ആശ്വാസത്തിൽ വായീന്ന് അനായാസേന പൊഴിഞ്ഞു വീണ ശൂരത്വം നിറഞ്ഞ വാക്കുകൾ.

ചിരിച്ച് ചിരിച്ച് ചിരിയടക്കാനാവാതെ എനിക്കും ഋതുനം വയറു വേദന വര്വോന്ന് പേടിച്ച ഞാൻ...

"ഡാ... നിനക്കിപ്പഴും പിരീഡ്‌സ് വരാറ്റുണ്ടോഡാ...."

അവനെ ട്രോളാൻ കിട്ടുന്ന അവസരങ്ങളിലൊക്കെ ഋതു മറയി ല്ലാതെ തന്നെ വിളിച്ച ചോദിക്കും.

സംഗതിയെന്തെന്നിനിയും പിടി കിട്ടാത്തതിന്റെ ജാള്യത്തിൽ, എന്നാലത ചോദിക്കാനും മനസ്സവരാതെ കുഞ്ഞു മുഖത്തേക്കൊരു രോഷത്തിന്റെ മൂട്ടപടം വലിച്ചിട്ടുന്നത കണ്ട് ഞങ്ങൾ പെൺപട കൂട്ട ചിരി ചിരിക്കും.

ന്റെ കള്ള കുഞ്ഞൂസ്

മാറ്റപ്പാടം

ഓർമ്മകളൊരുപാടുണ്ടായിട്ടും എഴുതാനൊരോർമ്മയുമില്ലാതാ
യതു പോലെ. വിഷുക്കൈനീട്ടമായിരുന്നോ, വിഷുപ്പത്തിരിക
ളായിരുന്നോ, വിഷുമാറ്റച്ചന്തയിൽ നിന്ന് പാളയിൽ പൊതിഞ്ഞെത്തുന്ന
പൊട്ടുവെള്ളരികളായിരുന്നോ, വെളുപ്പിന് മണിക്കിലുക്കവുമായി വീട്ടുമുറ്റ
ത്തെത്തുന്ന വിഷുക്കണികളായിരുന്നോ അതോ വിരുന്നുയാത്രകളായി
രുന്നോ ഏതായിരുന്നെന്നിക്കേറെ പ്രിയമെന്ന് വെറുതെയിരുന്നോർത്തു
നോക്കുകയാണ്.

പണ്ട് പ്രിയമായിരുന്നത് എന്തൊക്കെയായിരുന്നാലും ഇപ്പോൾ
പ്രിയമായിട്ടുള്ളത് കൂടിച്ചേരലുകളും അവിടെ ആർത്തലച്ച് പൊങ്ങുന്ന
പൊട്ടിച്ചിരികളുമാണ്. വട്ടംകൂടിയിരുന്നും പിന്നെയവിടവിടെ ചരിഞ്ഞു
കിടന്നും പറഞ്ഞുകൂട്ടുന്ന വെടിവട്ടങ്ങൾ.

ഓർത്തോർത്ത് പുറകോട്ടോടിയാൽ എത്തിനിൽക്കുന്നത് മാറ്റപ്പാട
ത്താണ്. രണ്ട് പുഴയ്ക്കക്കരെ ചേന്ദമംഗലത്ത് പാലിയം നടയ്ക്കലെ മാറ്റച്ച
ന്ത. വിഷുന്റെ തലേന്നും അതിന്റെ തലേന്നും മാറ്റം. അച്ഛനേം അമ്മയേം
ഒഴികെ എന്തും അവിടെ മാറ്റി വാങ്ങാം എന്ന് മുതിർന്നവരെല്ലാരും
ഒരുപോലെ പറഞ്ഞു. ഞങ്ങളെല്ലാ കുട്ടികളും അതപ്പാടെ വിശ്വസിച്ചു.
ഒരിത്തിരി കുരുത്തക്കേടൊന്ന് കൂടിയാൽ ഉടനെ ഭീഷണി വരും.

"ഈ പോക്ക് പോകാനാ ഭാവമെങ്കിൽ ഒറപ്പാ അടുത്ത മാറ്റത്തിന്
എന്തായാലും നല്ലൊരു കൊച്ചിനെ മാറ്റിയെടുക്കും"

എന്നിട്ട് ആ കൊച്ചിനെ കുറിച്ചൊരു വർണ്ണനയും.

ഈയൊരു ഭീഷണിയുടെ പേരിൽ മാത്രം കനംതിരിവുകൾക്ക്
പുറംതിരിഞ്ഞ് നടന്ന ബാല്യങ്ങളാണ് ഈ കരയിലാകെ. എന്നാലും
കാത്തിരിപ്പാണ് മാറ്റം വരാൻ. മാറ്റപ്പാടത്ത് സാധനങ്ങളൊക്കെ
വന്നു ഇടങ്ങിയോ എന്നറിയാനുള്ള അന്വേഷണം രണ്ട ദിവസം മുമ്പേ

തുടങ്ങും. അമ്മമാർക്ക് വേണ്ട ചട്ടീം കലോം ഉണക്കമീനും ഉണക്കച്ചെ മ്മീനും ഇഞ്ചയുമൊക്കെ മാറ്റപ്പാടത്താണ് വരിക. ഞങ്ങൾ കുട്ടികൾക്ക് വേണ്ടത് കളിക്കാനുള്ള കുഞ്ഞിച്ചട്ടീം കലോം. പിന്നെ വരുന്നത് വിഷ്ണന്റേം മാറ്റപ്പാടത്തിന്റെയും മണമുള്ള മകുടം എന്ന കളിച്ചെണ്ടയാണ്. നല്ല മിട്ടായിപ്പിങ്ക് നിറമുള്ള ഉടുക്ക് പോലൊരു കളിപ്പാട്ടം. തിരിക്കുമ്പോൾ ഇരുവശത്തുനിന്നുമുള്ള ഓരോ ചരടുകളുടെ അറ്റത്തെ മുത്തുമണികൾ വന്നടിച്ച് കൊട്ടിപ്പാട്ടുന്ന കുഞ്ഞിച്ചെണ്ട. വിഭവങ്ങളനവധിയുണ്ടെങ്കിലും മനസ്സിന് സൈ്വര്യം കൊട്ടക്കാതെ അലട്ടിക്കൊണ്ടിരിക്കുന്ന ഒരാവേശം പാളയിൽ പൊതിഞ്ഞെത്തുന്ന പൊട്ടുവെള്ളരിയാണ്. അത് നല്ല പാകമൊത്തത് കിട്ടണമെങ്കിൽ നേരത്തേ പോണം. തീർന്നുപോയാൽ പിന്നെ അടുത്ത മാറ്റം വരെ ആ രുചിമധുരം നാവിൽ കാക്കുകയേ നിവൃത്തിയുള്ളൂ. വലിയ മാറ്റത്തിന്റെയന്ന് (വിഷുത്തലേന്ന്) കടത്തിറങ്ങി വരുന്നവരുടെ കൈയിൽ വെള്ളരിയുണ്ടല്ലോ എന്ന നോക്കിയുറപ്പിക്കും. ഓടിവന്ന് അച്ഛനെ വേഗം പറഞ്ഞുവിടാനുള്ള തന്ത്രങ്ങൾ മെനയും.

വെള്ളരിയെത്തിയാൽ പിന്നെയും കാത്തിരിപ്പാണ്. നല്ല മൂത്ത് വിളഞ്ഞ വെള്ളരി വെള്ളം തളിച്ചവച്ച് തനിയേ പൊട്ടുന്നതും കാത്തി രിക്കും. ഓരോ മണിക്കൂറിലും ചെന്നുനോക്കും. പൊട്ടിയോ... പൊട്ടിയ വെള്ളരിയുടെ നല്ല നനുത്ത മഞ്ഞത്തോല് ഉരിഞ്ഞുകളഞ്ഞ് ഒരു വലിയ പാത്രത്തിലിട്ട് പഞ്ചസാര ചേർത്ത് ഉടച്ചെടുത്താൽ.. ഹോ.. നാവിലമൃതാണ്, നെഞ്ചിന് കുളിരാണ്. ഇപ്പോൾ യഥേഷ്ടം കിട്ടും ഈ പൊട്ടുവെള്ളരിക്ക. തണുപ്പേറെച്ചെന്ന് ശ്വാസകോശം കോപിച്ചാലോ എന്ന് ഭയന്ന് കണ്ണടച്ച നടക്കാൻ പഠിപ്പിച്ചിരിക്കുന്ന കാലം.

ഗൃഹാതുരത്വങ്ങൾക്ക് നേരെ കണ്ണടയ്ക്കാൻ മനസ്സിനിയും കരുത്ത് ആർജ്ജിച്ചിട്ടില്ലാത്തതുകൊണ്ട് ഞാൻ പിന്നെയും പോയിരുന്നു പുതിയ കാലത്തെ മാറ്റപ്പാടത്ത്. ഇന്നത്തെ കുട്ടികൾക്കാർക്കും അവരെ മാറ്റ ച്ചന്തയിൽ മാറ്റിയെടുത്താലോ എന്ന പേടിയില്ല. പൊട്ടുവെള്ളരിയും പലനിറത്തിലുള്ള കുമ്മട്ടിങ്ങയും (തണ്ണിമത്തൻ) എല്ലാ കടയിലും കിട്ടുന്ന തിനാൽ മാറ്റപ്പാടത്ത് വെള്ളരി താരമേയല്ല. അമ്മമാർക്ക് കളിക്കാൻ ഇഞ്ചയും വേണ്ടാതായി. മകുടം എന്നയാ കളിപ്പാട്ടവും അതിന്റെ മണവും തേടിയെന്റെ കണ്ണുംമൂക്കുമലഞ്ഞു വൃഥാ മടങ്ങി.

രാവിലെ കൈനിറയെ കൊന്നപ്പൂങ്കുലയുമായി വന്ന് അതിനേക്കാൾ ഭംഗിയിൽ ചിരിച്ചുനിന്ന സുന്ദരിക്കുട്ടിക്ക് കളിക്കാനായ് തേടിനടന്നെ കുഞ്ഞിച്ചട്ടീം കലോം അടുപ്പം കണ്ടെന്റെ മനം നിറഞ്ഞു. ഓർമ്മയിലേ ക്ക് തിരിഞ്ഞോടി ഞാൻ വടക്കേലെ മുറ്റത്തൊരു കുഞ്ഞിപ്പുര കെട്ടി അനിയന്മാരും അനിയത്തിമാരുമൊത്ത് കഞ്ഞീം കറീം വച്ച വിളമ്പി

കമലവിലാസ് കൺമഷി

ഇത്തിരിനേരം അവിടങ്ങിനെ ഇരുന്നുപോയി. ഇന്ന് വിഷുക്കൈനീട്ട ത്തിനൊപ്പം ചട്ടീം കലോം കൊട്ടുക്കുമ്പോൾ എന്താണാവോ സുന്ദരീടെ മുഖത്തിന്നലത്തെ ചിരി കണ്ടില്ല.

വിഷുത്തലേന്ന് സന്ധ്യയ്ക്ക് മുമ്പ് ചവറടിച്ചുകൂട്ടി തീയിട്ടന്ന വിഷുക്കരി ക്കൽ. ചവറ് നനയ്ക്കാനെത്തുന്ന കുഞ്ഞുമഴ.

"മഴയിപ്പൊ വരും അതിനു മുമ്പേ വിഷുക്കരിക്ക് വേഗം"

എന്ന കൊച്ചമ്മയുടെ വിളിച്ച് പറച്ചിൽ എല്ലാം പയ്യെപ്പയ്യെ മറനീക്കി വരുന്നുണ്ട്. അനിയന്മാരുടെ മൊബൈൽ വിഷുക്കണിയിലേക്ക് മൂല ധനത്തിനായുള്ള സാമ്പത്തികസമാഹരണത്തിൽ പെട്ടു നഷ്ടമാകുന്ന എന്റെ വിഷുക്കൈനീട്ടങ്ങൾ. കണിയിൽ വീഴുന്ന കാശീന്ന് തിരിച്ച തരാമെന്ന വാദ്ധാനങ്ങൾ. കണിയിൽ വീഴുന്ന കാശപ്പാടെ പടക്ക മായ് പൊട്ടിത്തീരുന്നതിനൊപ്പം കത്തിയെരിഞ്ഞു പോകുന്ന എന്റെ പ്രതീക്ഷകൾ. എന്നിങ്ങനെ എന്തെല്ലാം ഓർമ്മകളാണ് തെളിഞ്ഞും അണഞ്ഞും പിന്നേം തെളിഞ്ഞും ഓർമ്മച്ചെപ്പിൽ കെടാതെയുറങ്ങുന്നത്.

പെണ്ണ് കാണൽ

ഓർമ്മകൾക്കൈന്തൊരു സമൃദ്ധിയാണല്ലേ... അതൊരു സങ്കടപ്പെട്ടിന്റേതാണെങ്കിൽ കൂടി സമൃദ്ധമാണ്. നെഞ്ചകം പിളർക്കുന്ന വിങ്ങലുകളാൽ സമൃദ്ധം.

ഒരു കുഞ്ഞോർമ്മ വന്നൊന്ന് തൊട്ട് വിളിച്ചാൽ മതി, പാടവും പറമ്പും കുളങ്ങളും തോട്ടും പശുക്കിടാവും ആട്ടിൻകുട്ടീം കോഴിക്കുഞ്ഞുങ്ങളും എല്ലാം കൂടിങ്ങ് പോരും കൂട്ടം കൂട്ടക്കേമെട്ടത്തോണ്ട്.

മഴക്കാല രാത്രികളിലെ ഇരുട്ടിനെ വകഞ്ഞുമാറ്റി നീങ്ങുന്ന പെട്രോമാക്സേന്തിയ തലകളും തോളിൽ തൂങ്ങുന്ന ചാക്കിൽ നിന്നുള്ള തവളകളുടെ പേക്രോം വിളികളും വരമ്പത്ത് തവള പിടുത്തക്കാരുടെ കാലനക്കം കേക്കുമ്പോ അലമുറയിട്ടുള്ള കൂട്ടപ്പേക്രോം കരച്ചില്വമൊക്കെ വെറുതേ ഓർമ്മപ്പെരയിലേക്ക് ഓടിക്കയറിവന്ന് ഒറ്റയിരിപ്പാണ്. റോഡ്‌ലിത്തിരി വെള്ളം കിടക്കുന്നത് കണ്ടാൽ കാലുകൾ കൊണ്ടോ രഭ്യാസത്താൽ വെള്ളം തട്ടിത്തെറിപ്പിച്ച് പടക്കം പൊട്ടിക്കലും ഒരു കുടക്കീഴിൽ തോളകൾ ചേർത്തുവച്ച് നനഞ്ചൊലിപ്പിച്ചുള്ള നടത്തങ്ങളും എല്ലാം കൂടെ കൂട്ടത്തോടെ ഓടിവന്ന് നനയ്ക്കും.

അങ്ങനെയൊരു കാലത്ത്‌ന്നാ എന്റെ തന്നെ അനുമതിയില്ലാതെ ഞാനങ്ങ് പെട്ടെന്ന് വല്യതായിപ്പോയത്. കണ്ണിലത് നിറയുമ്പഴേക്കും അച്ഛന്റെ മടക്കം. അച്ഛൻ ബാക്കിയാക്കിപ്പോയ അനാഥത്വത്തിന് ഉടൻ പരിഹാരമെന്ന നിലയ്ക്കാണവരെനിക്ക് കല്ല്യാണം സജസ്റ്റ് ചെയ്യത്. ഞാനാണെങ്കിലോ, അനാഥത്വത്തിന്റെ കയത്തിലേക്ക് പെട്ടെന്ന് വീണുപോയതിന്റെ നെഞ്ചെരുക്കം കുറയ്ക്കാനായി വീട്ടിലെ പഴ്യമായി കൊടിയ ചങ്ങാത്തത്തിലേക്ക് കടക്കാനുള്ള ശ്രമത്തിലായിരുന്നു.

അങ്ങനെയിരിക്കെയാണവർ വരുന്നത്, പട്ടണവാസികൾ. പെണ്ണ് കാണാൻ വന്ന ചെറുക്കനും കൂട്ടരും ദൗത്യം പൂർത്തീകരിച്ച് പടി

കടക്കുമ്പഴേക്കും മോണിംഗ് വാക്കിനിറങ്ങാൻ വൈകിയതിൽ പരിഭ വിച്ച് നിന്ന പയ്യിനോട് ക്ഷമാപണം നടത്തി, ഞങ്ങൾ രണ്ടാളം കൂടെ പതിവുപോലെ തെക്കേക്കൊതുടെ കിഴക്കേ മുറ്റത്തൂടെ കടന്ന് റോഡ് മുറിച്ച് തറവാട്ട് പറമ്പിലേക്കുള്ള നടത്തത്തിനേടേല് ഒച്ച കുറച്ചാണ് ഞാനാ ചങ്ങാതിപ്പെണ്ണിനോട് ചോദിച്ചത്.

"യ്യറിഞ്ഞോ പെണ്ണേ പട്ടണത്തീന്ന് പാന്റും കോട്ടമിട്ടൊര ചെക്കൻ നിന്നെന്നെ കാണാൻ വന്നു."

പശുവാണെങ്കിലും അതിനുമില്ലേ ചില വിചാരങ്ങൾ. എന്റെ ചോദ്യം കേട്ട് ആനന്ദപുളകിതയായി അവളാ റോഡിലങ്ങനെ ഒരു നിമിഷം നിന്നുപോയതും, ദാ വരുന്നൊരു കാറ്. കാറിന് വട്ടം വച്ച് നിക്കണ പശുവിനേം പശുന്റെ കൂട്ടുകാരി പെൺകിടാവിനേം കണ്ട് ചിരിച്ച പട്ടണവാസികളെ കണ്ടെന്റെ നെഞ്ചീന്നൊരു കിളി പറന്ന പോയി. ഇവരെന്താ ഈ വഴിക്ക് എന്നോർത്ത് അന്തംവിട്ട് നിൽക്കെ തന്നെ കയറയച്ച കൊടുത്തു വണ്ടി പറഞ്ഞുവിട്ട് ഞാനൊരു ട്രാഫിക് കൺട്രോൾ വിദഗ്ധയായി. പിന്നെയാ കഥ പറഞ്ഞ് ഞങ്ങൾ രണ്ട് പെണ്ണങ്ങളം തലകുത്തിയിരുന്ന് ചിരിച്ചു. ജീവിത വണ്ടിയോടിക്കാനീ പെണ്ണ് പോരും എന്ന് കണ്ടാവും അവരപ്പഴേ എന്നെ ആജീവനാന്തം പട്ടണത്തടവിന് വിധിച്ചു. അങ്ങനെ 32 വർഷത്തെ പട്ടണവാസവും കഴിഞ്ഞ് ഞാൻ തിരിച്ചോടിയെത്തുമ്പോഴേക്കും ഗ്രാമത്തിനയ്യോ നഗര ച്ചുട്.

പട്ടണ പ്രവേശം

അങ്ങനെ പഴയ പെണ്ണുകാണൽ മുഖാമുഖപരീക്ഷേല് മൂന്നെ ണ്ണത്തിന് ഡിസ്റ്റിംഗ്ഷൻ മാർക്ക് വാങ്ങി മൊത്തത്തില് കഷ്ടിച്ചങ്ങ് കടന്നു കൂടി.

- ഏഴ് വർഷത്തെ കലാലയ അനുഭവ സമ്പത്ത്

- പേരിലെ മായാവിലാസം

- നീണ്ട് നിവർന്ന് നിതംബം മറയ്ക്കുന്ന മുടി

ബാക്കി പരീക്ഷേലൊക്കെ ഞാൻ തോറ്റ് ഇന്നമ്പാടി. അതിനും ശേഷമാണ് എഴുത്തു പരീക്ഷ വരുന്നത്. കോളേജ് പരീക്ഷയൊക്കെ കഴിഞ്ഞ് റിസൾട്ടു വന്നതിന്റെ ച്ചൂട് പോലും ആറിയിട്ടില്ല. ഡിഗ്രി ക്ലാസ്സിലെ ചങ്ക്സിനും പി.ജി. ക്ലാസ്സിലെ സകലർക്കും ഇടതടവി ല്ലാണ്ടെഴുതി ഏത് മത്സരപ്പരീക്ഷക്കും തയ്യാറെന്ന മട്ടിലൊരു കത്തെ ഴുത്തുകാലം.

അങ്ങനെയിരിക്കെ പച്ച മുദ്ര പതിഞ്ഞ തപാൽ വകുപ്പിന്റെ സ്വന്തം കവറിൽ അപരിചിതമായ കൈയക്ഷരത്തിലൊരു കത്ത്. അകത്ത്, പുറത്തേതിനേക്കാൾ വടിവൊത്ത അക്ഷരങ്ങളിൽ, മനോഹരമായ ഭാഷയിലുള്ള എഴുത്ത്. കാര്യമാത്ര പ്രസക്തം. ഏത് നോട്ടീസ് ബോർഡിലും തറച്ച് പ്രസിദ്ധപ്പെടുത്താവുന്നത്ര സുതാര്യതയോടെ. എന്നിട്ടും എന്റെ ഹൃദയമിടിപ്പിന്റെ താളം തെറ്റി. ഞാനോടി ടെറസ്സിന്റെ മോളിൽക്കേറി, ഏകാന്തത്തിൽ ഒന്നൂടെ വായിച്ചു. പിന്നെ പലവട്ടം വായിച്ചു. ആദ്യമായിട്ടായിരുന്നു ഒരു കത്തെന്റെ ഹൃദയമിടിപ്പിന്റെ താളം തെറ്റിക്കുന്നത്.

കത്ത് പരസ്യമാക്കണോ വേണ്ടയോ.. മറുപടി എഴുതണോ വേണ്ടയോ.. എങ്ങനെ എഴുതും, എങ്ങനെ എഴുതാതിരിക്കും...

 കമലവിലാസ് കൺമഷി

ഞാനുമൊരിത്തിരി നേരത്തേയ്ക്കൊരു മുനികുമാരികയായി. അഞ്ച്‌ വയസ്സ്‌ മുതൽ തരം കിട്ടുന്നിടത്തൊക്കെ കത്തെഴുതി, കത്തെഴുത്ത്‌ രാസാത്തി യായി വാണിരുന്ന എന്റെ അടി പതറാൻ തുടങ്ങി. എഴുതാതിരിക്കുന്നത്‌ എനിക്ക്‌ കുറച്ചിലാണ്‌. അന്യനൊരുത്തന്‌ കത്തെഴുതിയെന്നറിഞ്ഞാൽ വീട്ടിലെന്ത്‌ പുകിലാകുമെന്ന പേടി ഒരുവശത്ത്‌. കല്ല്യാണം നടക്കാതെ പോയാൽ കത്തിലൂടെ എന്റെ ചാരിത്ര്യം നഷ്ടപ്പെട്ടു എന്ന്‌ കരുതി കൊച്ചമ്മയുടെ സപ്ത നാഡികളും തളർന്നേക്കാം. എന്നിട്ടും ഇത്രയും നല്ലൊരു കത്ത്‌ കിട്ടിയിട്ട്‌ മറുപടിയെഴുതാതിരിക്കാൻ എനിക്ക്‌ മനസ്സ്‌ വന്നില്ല. എട്ട്‌ വയസ്സിന്‌ ഇളപ്പമുള്ള അനിയനോട്‌ കാര്യം പറഞ്ഞു. "ചേച്ചി എഴുതിക്കോളൂ. ഞാൻ പോസ്റ്റ്‌ ചെയ്യ്‌ക്കോളാം" അവന്റെ ഒത്താശ. അങ്ങനെയാണെന്റെ നയപ്രഖ്യാപനത്തിന്‌ വേദിയൊരുങ്ങുന്നത്‌.

"എനിക്കൊരു കത്ത്‌ വന്നു. ഞാൻ മറുപടി എഴുതാൻ

പോവുകയാണ്‌"

ഞാൻ നയം വ്യക്തമാക്കി. കൊച്ചമ്മ മൂക്കത്ത്‌ വിരൽ വച്ചു. ആരോട്‌ പറയാൻ, ചോദിക്കാനും പറയാനുമുള്ള ആള്‌ പോയില്ലേ. എന്നൊരു ലൈൻ. ആ ലൈൻ ഞാനങ്ങ്‌ അവഗണിച്ചു. അങ്ങനെ ആദ്യത്തെ മറുപടി പെട്ടീലായി. അങ്ങനെ രണ്ട്‌, മൂന്ന്‌, നാല്‌, അഞ്ച്‌, ആറ്‌, ഏഴ്‌ എന്ന കണക്കിന്‌ പലതരം ഇണ്ടു കടലാസുകളിൽ ചില വാഗ്ദാ നങ്ങളും സ്വപ്നങ്ങളും അങ്ങോട്ടുമിങ്ങോട്ടും പറന്നു. വായിച്ച്‌ വായിച്ച്‌ അക്ഷരങ്ങളിൽ എണ്ണപ്പടർപ്പ്‌. കടലാസിന്റെ മടക്കുകൾ പൊടിഞ്ഞു. എഴുത്ത്‌ പരീക്ഷകളൊക്കെ പാസ്സായി. അതിനിടക്ക്‌ ആരൊക്കെയോ അങ്ങോട്ടും ഇങ്ങോട്ടും പോയി പലഹാരം കഴിച്ചു. എന്റെ പട്ടണപ്രവേ ശമുറപ്പാക്കപ്പെട്ടു. അവസാനത്തെ കത്തിലൊരു ഒളിച്ചോട്ടത്തിനുള്ള ആഹ്വാനം. ഞായറാഴ്ച കല്ല്യാണം കഴിഞ്ഞാൽ തിങ്കളാഴ്ച ഒളിച്ചോട്ടം. മൂന്ന്‌ ദിവസത്തേക്ക്‌, മൈസൂർ ബാംഗ്ലൂർ.

തലച്ചോറിലെ കോശങ്ങൾ യാതൊരു ലക്കും ലഗാനുമില്ലാതെ പെരുകുന്നതിനിടയ്ക്കുള്ള പാതിയോർമ്മയിൽ ആഴ്ചപ്പത്രിക്കിടക്കയിൽ അച്ഛന്റെ മനസ്സറിഞ്ഞതാണെന്നതിനാലും, ബാക്കിയായ ഏക സ്വപ്നം എന്ന നിലയിലും അധികം വച്ച്‌ നീട്ടാൻ പാടില്ലെന്ന്‌ അധികാരികൾ. മൂന്ന്‌ മാസത്തെ കാത്തിരിപ്പിന്‌ ശേഷം ഏറ്റവും ലളിതമായൊരു കല്ല്യാണം എന്ന്‌ തീരുമാനം. വീട്ടിലൊരു പന്തലുയർന്നില്ല, കല്ല്യാണ ക്കുറിയടിച്ചില്ല, ക്യാമറയും തൂക്കി ഫോട്ടോഗ്രാഫർ പുറകേ നടന്നില്ല. എനിക്കേറ്റവും പ്രിയപ്പെട്ടവരെ ഞാൻ ഇൻലന്റിൽ ക്ഷണക്കത്തെഴുതി വിളിച്ചു വരുത്തി.

അവർ, പട്ടണക്കാർ പരിഷ്കാരികൾ ഇംഗ്ലീഷിലും മലയാളത്തിലും ലളിത സുന്ദരമായ ക്ഷണക്കത്തും മിഠായികുത്തിയ നന്ദിക്കുറിപ്പും വിതരണം ചെയ്തു. ഒന്നിലേറെ ഫോട്ടോഗ്രാഫർമാർ തലങ്ങും വിലങ്ങും ചാഞ്ഞും ചരിഞ്ഞും ഫ്ലാഷടിച്ച നടന്നു. അവരുടെ വീട്ടുമുറ്റത്തെ വലിയ പന്തലിൽ നാല്മണിക്ക് പരിഷ്കാര പലഹാരങ്ങൾ വിളമ്പി. സുന്ദരിക ളായ സ്ത്രീകളും സുന്ദരൻമാരായ പുരുഷൻമാരും സമ്മാനപ്പൊതികളു മായി വന്ന് ആശംസകൾ നേർന്ന് മധുരംചേർത്ത നന്ദി പകരം വാങ്ങി. കുട്ടികൾ വർണ്ണത്തുമ്പികളായ് പറന്നു നടന്നു.

പട്ടണക്കാരുടെ ബെഡ്റൂമിൽ കയറിയിരുന്ന്, അമ്മ നീട്ടിയ ആചാരപ്പാല് കുടിച്ച്, മുല്ലപ്പൂവിന്റെ കനം അഴിച്ചുകളഞ്ഞ്, മനസ്സിന് ചേർന്നൊരു പുതുസാരി മാറ്റിച്ചുറ്റിയെങ്കിലും, പട്ടണക്കാരുടെ അടുക്കള കാണാനിടയാകാതെ തന്നെ ഞങ്ങളന്ന് എന്റെ വീട്ടിലേക്ക് തിരിച്ചു പോന്നു. മധുവിധുവിന്റെ കുട്ടത്ത മധുരം മൈസൂർ വൃന്ദാവൻ ഗാർഡനിലും മൈസൂർ പാലസിലും ബാംഗ്ലൂർ തെരുവ്വുകളിലുമായി പകുത്ത് ഒരു സന്ധ്യക്ക് ഞാൻ പട്ടണക്കാരുടെ വീട്ടിൽ പൊറുതിക്കെത്തി. വീട്ടിൽ വലിയ ആളനക്കമില്ല. പിന്നെ രണ്ട് മുറികളിൽ നിന്നായി രണ്ട് അനി യൻമാർ പ്രവേശിക്കുന്നു. മൂത്ത അനിയൻ എന്നേക്കാൾ മുതിർന്നത്. ഇളയ ആൾ എന്റെ അനിയൻമാരേക്കാൾ മൂത്തത്. "അച്ഛനും അമ്മയും അനിയത്തീം ഫൈൻ ആർട്സ് ഹാളിൽ നാടകത്തിന് പോയി" അനിയൻ പറഞ്ഞു.

"വരാൻ വൈകും, ചോറുണ്ട്, കറിയില്ല. ഞാൻ കുഞ്ഞിക്കാളി സർവ്വീ സിൽ പോയി മുട്ട വാങ്ങിക്കൊണ്ടുവരാം, ചേടത്തി ഓംലെറ്റുണ്ടാക്കിയാ മതി, നമുക്ക് കഴിക്കാം."

ഒറ്റയ്ക്കൊരു കുടുംബം നോക്കാൻ സ്വയം പ്രാപ്തയാക്കി ഇറങ്ങിപ്പുറ പ്പെട്ട എന്റെ ഉള്ളം, ഒറ്റക്കൊരു ഓംലെറ്റ് ഉണ്ടാക്കണമെന്നറിഞ്ഞ മാത്രയിൽ തളർന്നുപോയി.

അങ്ങനെ ആഡംബരങ്ങളുടെ അകമ്പടികളില്ലാതെ ഞാനെന്റെ അടുക്കളപ്രവേശം നടത്തുന്നു. കണ്ണൊന്നു ചുറ്റിച്ചു. എനിക്ക് ഒട്ടും പരി ചയമില്ലാത്ത അടുക്കള, അത്ര തന്നെ പരിചയമില്ലാത്ത പാത്രങ്ങളും. ഗ്യാസ് സ്റ്റൗ എന്നെ നോക്കി പേടിപ്പിച്ചു. എന്റെ വീട്ടിലെന്നല്ല, ഞങ്ങളുടെ പഞ്ചായത്തിലൊരു വീട്ടിലും ഈ സംവിധാനം എത്തീട്ടില്ല. അടുക്കളയിൽ തന്നെ പാത്രം കഴുകാനുള്ള സംവിധാനം. ടാപ്പൊന്ന് തുറന്നാൽ വെള്ളത്തിന്റെ സമൃദ്ധി. എന്റെ നാട്ടിലാണെങ്കിൽ വെള്ളം, വെള്ളം സർവ്വത്ര വെള്ളം പക്ഷേ, നല്ല വെള്ളം കോരിയെടുക്കാൻ

പറ്റുന്ന കിണറുകളുടെ എണ്ണം ശതമാനക്കണക്കിൽ പറയാൻ നാണ മാകുന്നൊരു കാലം. തെക്കേലെ വെളുത്ത ത്രേസ്യാമ്മച്ചേച്ചീം, കറുത്ത ത്രേസ്യാമ്മച്ചേച്ചീം, പിന്നവരുടെ മക്കളും, വന്ന് സന്ധ്യയാകും വരെ വെള്ളം കോരിയെടുത്താൽ പിന്നെ പിറ്റേന്നത്തെ ഉറവ് വരമ്പഴാ ഞങ്ങൾക്കൊരു സമാധാനം.

"മൂവന്തി നേരത്തിങ്ങനെ തെക്കേപ്രത്തോട്ട് വെള്ളം കൊണ്ട പോണതത്രു ശര്യോന്നല്ല"ന്നൊരു നീരസം കൊച്ചമ്മ എന്നും ഞങ്ങൾ മാത്രം കേൾക്കെ വിഴുങ്ങി പോന്നു. അങ്ങനുള്ള നാട്ടീന്ന് ഞാനെത്ത പ്പെട്ട അടുക്കള, തകർത്തു.. കിട്ടക്കീ.. ന്നൊക്കെ ഞാൻ മൗനത്താൽ തിമർത്തു. പക്ഷേ ഓംലെറ്റിന്റെ കാര്യത്തിൽ ഞാനപ്പഴും ചൂട്ട വെള്ള ത്തിൽ വീണ പൂച്ചയെ പോലെ.

പണ്ടാരിക്കൽ, വളരെ പണ്ട് പത്താം ക്ലാസ്സിലെ സ്റ്റഡിലീവിന് കൊച്ചമ്മ മംഗലാപുരത്ത് കല്ല്യാണത്തിന് പോയപ്പൊ അയില വറുക്കാൻ ശ്രമിച്ച് ഞാൻ അയിലഉപ്പുമാവ് ഉണ്ടാക്കീതായിട്ടൊരു അപഖ്യാതി ചേട്ടനായിട്ട് പറപ്പിച്ചുവിട്ടിരുന്നു. അതിന്റെയൊരു പ്രേതം മുന്നിൽ വന്ന് നിന്നെന്നെ ഇളിച്ച് കാണിച്ചു . ഓംലെറ്റ് മറിച്ചിടാനാ കാതെ ഉപ്പുമാവാക്കേണ്ടി വരുമോ...

ഗ്യാസടുപ്പ്, ഓംലെറ്റ്, വാല് നീണ്ട ഫ്രൈയിംഗ് പാൻ... ഹൊ, വീണ്ടും വീണ്ടും പരീക്ഷണങ്ങളാണ്. ഇവർ ഉള്ളി വട്ടത്തിലാണോ, നീളത്തിലാണോ അരിയുക.. ഓംലെറ്റിൽ ഇവർക്ക് പച്ചമുളകാണോ, കരുമുളകാണോ.. കനത്തിലാണോ.. കനം കുറച്ചാണോ.. വെളിച്ചെണ്ണ കൂട്ടതലോ, കുറവോ.. എന്നിങ്ങനെ ആറായിരം സംശയങ്ങൾ വന്നെന്റെ തലയ്ക്കുള്ളിൽ വട്ടംചുറ്റിപ്പറന്നു. ഇത്രയേറെ സാധ്യതകളുണ്ടോ ഒരു ഓംലെറ്റിനെന്ന് ഞാൻ എന്നോട് തന്നെ അത്ഭുതംകൂറി. കുഞ്ഞനിയൻ ലാൽ കുറേയേറെ മുട്ടകളുമായി വന്നു. സംശയങ്ങൾ പിന്നെയും കൂടി. കനം കുറച്ചുണ്ടാക്കിയ ഓംലെറ്റ് നാലായി മുറിച്ച് വീതിക്കണ കൊച്ചമ്മ യുടെ ജാലവിദ്യ ഇവിടെയും പ്രചാരത്തിലുണ്ടോ ആവോ...

ഗ്യാസടുപ്പ് കത്തിക്കാനറിയാതെ ഞാനെന്നെ തന്നെ പുച്ഛത്തോടെ നോക്കി. വീട്ടകത്തേക്ക് പരിഷ്കൃതരുടെ ഉപകരണങ്ങൾ ആദ്യമെത്തിച്ച് തരാറുള്ള അച്ഛൻ ഗ്യാസടുപ്പിന്റെ കാര്യത്തിൽ നിസ്സഹായനായിരുന്ന ല്ലോ എന്ന് ഞാൻ അച്ഛനെ ന്യായീകരിച്ചു. അങ്ങേയറ്റം ചെറുതായി തോന്നീപ്പൊ ഇവിടില്ലാത്ത കളർ ടിവീം, മിക്സീം ഞങ്ങളുടെ വീട്ടിലുണ്ട ല്ലോ എന്നോർത്ത് ഞാനെനിക്കൊരു സമാശ്വാസ സമ്മാനം കൊടുത്തു പദവിയുയർത്തി.

ചോറ് വിളമ്പാനായി ഭംഗിയുള്ള ക്രോക്കറി പ്ളേറ്റകളൊക്കെ അനിയനെടുത്തു തന്നു. ഞങ്ങളുടെ വീട്ടിലാണെങ്കിൽ ഇതൊക്കെ വിരുന്നുകാർക്കുള്ളതാണ്, അതിനൊന്നും ഇത്ര ഭംഗിയുമില്ല. ഞങ്ങ ളൊക്കെ സ്റ്റീലിന്റെ പാത്രങ്ങളിലാണ് ഭക്ഷണം കഴിക്കുന്നത്. പണ്ട്, വളരെ പണ്ടാക്കെ ഓടിന്റെ കിണ്ണത്തിൽ കഞ്ഞി കുടിച്ചിരുന്നു. പിന്നെ അരികിൽ കറുത്ത നിറമുള്ള വെളുത്ത കവടിപ്പാത്രത്തിൽ കറിയും. അതൊക്കെ പണ്ടാണ്.. ഇതിപ്പൊ.. നിത്യോപയോഗത്തിൽ ഇതൊക്കെ എന്റെ കൈയ്യീന്ന് താഴെ വീണ് പൊട്ടിപ്പോകുമോ.. എനിക്ക് പേടിയായി.

എന്തിനേറെ പറയണ്, ഞാൻ ഓംലെറ്റുണ്ടാക്കി ഭക്ഷണം വിളമ്പി വിജയശ്രീലാളിതയായി എന്ന് പറഞ്ഞാൽ മതിയല്ലോ.. അച്ഛനും അമ്മയും അനിയത്തിയും നാടകം കഴിഞ്ഞെത്തുമ്പഴേക്കും എന്റെ അടുക്കളപ്രവേശം നന്നായി പുരോഗമിച്ചിരുന്നു. അച്ഛനെത്തിയതോടെ അന്തരീക്ഷം പൊട്ടിച്ചിരിയുടേതായി. ഔപചാരികതകളേതുമില്ലാതെ യുള്ള ഇടക്കം..

ജീവിതത്തിൽ കിട്ടിയ ഭാഗ്യങ്ങളിൽ ഏറ്റവും വലിയ ഭാഗ്യം ആ കുടുംബത്തിലെ പുത്രവധുവായി കയറി ചെല്ലാനായി എന്നതാണ് എന്ന സ്മരണയിൽ പട്ടണ പ്രവേശത്തിന് തത്ക്കാല തിരശ്ശീല.

 കമലവിലാസ് കണ്മഷി

ഒരു പേറ്റനൊമ്പരത്തിന്റെ ബാക്കി നൊമ്പരം

തലേന്ന് മുൻകുറപ്പുള്ള രണ്ട് ഉടുപ്പ് തയ്ച്ച് ഇട്ടുനോക്കീട്ടാണ് ഉറങ്ങാൻ കിടന്നത്. തയ്യൽ പഠിച്ചിട്ടോ അറിഞ്ഞിട്ടോ അല്ല. ഒരിഷ്ടം, അത്രതന്നെ. ഇനിയും പത്ത് ദിവസം കൂടിയേയുള്ളൂ. മറ്റെന്തെ ങ്കിലും ഒരുക്കം വേണ്ടയുണ്ടോ എന്നറിയുകയുമില്ല. വാവയ്ക്ക് നാപ്പി കെട്ട ന്നതിനായി നന്നായി പഴകിയ മുണ്ടുകൾ കൊച്ചമ്മ ശേഖരിച്ച് വച്ചിട്ടുണ്ട്. ആശുപത്രിയിൽ അഡ്മിറ്റായാൽ ഉടൻ പുറപ്പെട്ടോളാം. ആശുപത്രിയിൽ നിന്ന് നേരെ അങ്ങോട്ടാണ് പോകുന്നത്. അതുകൊണ്ട് ഇവിടെ ഒരു ക്കങ്ങളൊന്നും വേണ്ടതില്ല. അവിടെയാണെങ്കിൽ എന്തിനും ഏതിനും അനിയന്മാരുണ്ട്. കൊച്ചമ്മയുണ്ട്. ആശുപത്രിയിൽ നിന്നും ചെല്ലുന്ന ദിവസം കൊച്ചമ്മയുടെ ഇളയമ്മയും വരും. പിന്നെ എന്റേം കുഞ്ഞിന്റേം കാര്യങ്ങൾ നോക്കാൻ വിലാസിനിച്ചേച്ചീം ഉണ്ടാവും.

ആചാരപ്രകാരം ഏഴാം മാസത്തിൽ അവിടന്ന് കൂട്ടിക്കൊണ്ട് പോകാൻ വന്നവരോടൊപ്പം കല്യാണസാരിയിൽ ശ്വാസംമുട്ടി, അതുവരെ പണയദ്രവ്യമായിരുന്ന ആഭരണങ്ങളൊക്കെയെടുത്തണി ഞ്ഞ് ഒരിത്തിരിക്കൂടി കൂടുതൽ ശ്വാസംമുട്ടി പുറപ്പെട്ടതാണ്. വീട്ടിലെത്തിയ അതേ രാത്രി തന്നെ കലശലായ ശ്വാസംമുട്ടലിൽ സർക്കാർ ആശു പത്രിയിൽ ഒരു രാത്രി കഴിച്ചുകൂട്ടിയതുമാണ്. ഭർത്താവിന്റെ വീട്ടിൽ നിന്നും നടന്നുപോകാവുന്നത്ര ദൂരത്ത് വലിയ സൗകര്യങ്ങളോട്ടുകൂടിയ മൾട്ടിസ്പെഷ്യാലിറ്റി ആശുപത്രിയുള്ളപ്പോൾ ഈ കൊച്ച ഗ്രാമത്തിൽ പ്രസവം വേണ്ടെന്നത് അദ്ദേഹത്തിന്റെ തീരുമാനമായിരുന്നു. ഈയൊരൊറ്റ എഴുന്നള്ളിപ്പ് കഴിഞ്ഞാൽ പണയദ്രവ്യങ്ങളൊക്കെ വിറ്റ് കടം വീട്ടാം എന്നത് ഉഭയകക്ഷി സമ്മതപ്രകാരം നേരത്തെയെടുത്ത തീരുമാനമായിരുന്നു. ആ മുഷൃത്തമടുത്തുവെന്നത് അദ്ദേഹത്തിൽ

പ്രത്യേകമായൊരുര്‍ജ്ജം നിറച്ചിരുന്നു.

ആശുപത്രിയില്‍ നിന്നും തിരിച്ചവന്ന് ഒരാഴ്ച സ്വഗൃഹത്തിലെ സുഖവാ സത്തിനും ശേഷം വീണ്ടും തിരിച്ച് പട്ടണത്തിലെ ഭര്‍തൃഗൃഹത്തിലേക്ക്. എന്തെങ്കിലും അത്യാവശ്യം വന്നാല്‍ അഞ്ചുമിനിട്ടിനുള്ളില്‍ ആശുപത്രി യിലെത്താം. ഗര്‍ഭകാലാരംഭം മുതല്‍ ശ്വാസംമുട്ടല്‍, മുന്‍കാലപ്രാബല്യ ത്തോടെ നിറവയറിന്റെ മുഴുവന്‍ പ്രതാപത്തോടെയും തിരികെയെത്തി യിരുന്നു. ഇടക്കം മുതല്‍ ഒട്ടക്കം വരെയുള്ള യൂറിനറി ഇന്‍ഫെക്ഷന്‍. കാണുമ്പോള്‍ തന്നെ മനംമടുപ്പിക്കുന്ന ബാര്‍ലിവെള്ളം. ഗര്‍ഭകാലം മുഴുവനും ഇഷ്ടക്കേടുകളുടെയും വയ്യായ്കകളുടെയും കാലഘട്ടമായിരുന്നു. ഏതെങ്കിലും ഭക്ഷണത്തോടൊരിഷ്ടമില്ല. ഇഷ്ടക്കേടുകള്‍ ഏറെയുണ്ട് താനും. കപ്പലണ്ടി മിഠായിയും വീട്ടുമുറ്റത്തെ നാട്ടമാങ്ങയുമൊക്കെ കണ്ടാല്‍ മനംപുരട്ടുന്ന അവസ്ഥ. നേര്‍ത്ത പച്ചമോര് കൂട്ടി ഇത്തിരി ചോറുണ്ണുക എന്നതായിരുന്നു ഏക ഇഷ്ടം. അതാകട്ടെ ഒത്തുകിട്ടിയത് ആകെ ഒന്നോ രണ്ടോ ദിവസം മാത്രം. എനിക്കെന്തും ഇതാണ് വേണ്ടത് എന്ന് പറയാനൊക്കെ പാട്ടുണ്ടോ എന്ന ആശങ്കയാല്‍ ഒന്നും പറഞ്ഞതുമില്ല. ഇടക്കം മുതല്‍ ഒട്ടക്കം വരെ ശര്‍ദ്ദി. കേള്‍ക്കുന്നതൊ ക്കെ മനം പുരട്ടിക്കുന്ന കടത്തിന്റെ കണക്കുകള്‍.

സംപൂര്‍ണ്ണ സമര്‍പ്പണത്തിനൊട്ടവില്ലും ജീവിതത്തിന്റെ പരിഗണന കളില്‍ മുന്‍നിരയിലേക്കെത്താനാകുന്നില്ലെന്നറിഞ്ഞിട്ടും, ഏക രക്ഷക നെന്നോര്‍ത്ത് കയ്യിലുള്ളതും, ഭാവിയില്‍ എത്തിച്ചേര്‍ന്നേക്കാവുന്നതും, സ്വയം ആര്‍ജ്ജിച്ചേക്കാവുന്നതുമായ എല്ലാ വസ്തുവകകളും വാഗ്ദാനം ചെയ്യപ്പെട്ടിരുന്നു. എന്നിട്ടും മുന്‍ഗണനാപട്ടികയില്‍ എനിക്കേതോ ഒറ്റത്തൊഴുങ്ങി നില്‍ക്കേണ്ട അവസ്ഥ.

പറഞ്ഞിരുന്ന ഡേറ്റിനും മൂന്നാഴ്ച മുമ്പാകണം, രാവിലെ മുതല്‍ ഒരു പുറംവേദന. വേദന പെരുകുംതോറും തനിച്ചായിപ്പോകുമോ എന്ന മനോവേദന അതിനുംമേലെ. പിറ്റേന്ന് രാവിലെ ഒരു യാത്രയ്ക്കുള്ള ഒരു ക്കത്തിലാണ് സഖാവ്. തിരിച്ചോടിയെത്താന്‍ പറ്റാത്തയിടത്തേക്ക്. ഫോണില്‍ പോലും ബന്ധപ്പെടാനാകാത്ത ഇടം. ഒഴിവാക്കാനാവാത്ത തെന്ന് അദ്ദേഹത്തിന്റെ പക്ഷവും ഒഴിവാക്കാവുന്നതെന്നെന്റെ പക്ഷവും. എന്റെ വല്യച്ഛന്റെ മകന് കല്യാണമുറപ്പിക്കാനായി മറയൂര്‍ക്കുള്ള യാത്രയാണ്. അവരെല്ലാം പോയി വരട്ടെ, നമുക്കൊക്കെയറിയുന്ന കുട്ടി യല്ലേ... എന്നൊക്കെ ഞാനും. അദ്ദേഹത്തിന്റെ യാത്രയോര്‍ക്കുന്തോറും മറയൂരിലെ റോഡുകളെല്ലാം മാഞ്ഞുമാഞ്ഞ് കൊടുംകാടുകള്‍ നിറയുന്ന ചിത്രമെന്റെ മനസ്സില്‍ തെളിഞ്ഞുവന്നു.

     കമലവിലാസ് കണ്‍മഷി

വേദന കൂടി ആശുപത്രിയിൽ പോകേണ്ടിവന്നാൽ മറ്റള്ളവരെ കൂട്ട് വിളിക്കണം. അദ്ദേഹത്തിനെ സംബന്ധിച്ചിടത്തോളം അതൊരു പ്രസക്ത വിഷയമല്ല. കല്യാണം കഴിഞ്ഞ് പിറ്റേ മാസം കാത്തുകാത്തി രുന്ന മാസമുറ മുറതെറ്റിയപ്പഴും അമ്മയെ കൂട്ടി പൊയ്ക്കോളൂ എന്നാണ ദ്ദേഹം പറഞ്ഞത്. അമ്മ പുറത്തെ കസേരയിലിരിക്കുമ്പോൾ അവിഹിത ഗർഭവും കൊണ്ട് കയറുന്നതു അനാഥത്വവും പേറിയാണ് ഞാൻ ഡോക്ടറുടെ മുറിയിലേക്ക് കയറിയത്. അദ്ദേഹം പോകുമെന്ന് എനി ക്കുറപ്പായിരുന്നെങ്കിലും ഞാനൊരു വരം ആവശ്യപ്പെട്ടു. രാത്രിയിൽ വേദന കൂടി ആശുപത്രിയിൽ പോകേണ്ടി വന്നാൽ പോകരുത്. അത് അനുവദിക്കപ്പെട്ടുകിട്ടി. പക്ഷേ പാലിക്കപ്പെട്ടില്ല. അദ്ദേഹത്തെ സംബന്ധിച്ചിടത്തോളം വാഗ്ദാനങ്ങളൊക്കെയും താത്ക്കാലിക ശാന്തി ക്കുള്ളതാണെന്നും പാലിക്കപ്പെടേണ്ടതില്ലാത്തതാണെന്നും എനിക്ക് ബോദ്ധ്യപ്പെടാൻ പിന്നെയുമേറെക്കാലം കഴിയേണ്ടി വന്നു. രാത്രിയേ റുന്തോറും വേദനയേറി വന്നു. പ്രസവവേദനയാണോ... പുറംവേദന പ്രസവവേദനയാകാമോ എന്നൊന്നും ധാരണയില്ല. എങ്കിലും സമയ മെത്തിയെന്ന തോന്നൽ. ഏതാണ്ട് ഒരു മണിയായതോടെ സഹിക്കാ നാകാത്ത വേദന.

"ഇനിയും കാത്തിരിക്കാൻ വയ്യ. ആശുപത്രിയിൽ പോണം."

ഞാൻ പറഞ്ഞു. അദ്ദേഹം കൂട്ടിന് അനിയനെയും വിളിച്ചെണീപ്പിച്ചു.

ആശുപത്രിയിലെത്തിയയുടൻ ലേബർ റൂമിലേക്ക് പ്രവേശിപ്പിക്ക പ്പെട്ടു. പെട്ടെന്ന് പനിക്കൂടി ഞാൻ വിറയ്ക്കാൻ തുടങ്ങി. ഇരട്ടക്കമ്പിളിയി ട്ടവരെന്നെ മുറുകെ പുതപ്പിച്ചു. അതിനുള്ളിലും ഞാൻ വിറച്ച തെറിച്ചു. ഗൈനക്കോളജിസ്റ്റിനെ രാത്രിയിൽ തന്നെ വിളിച്ചു വരുത്തി. പരിശോധ നകളും പരീക്ഷണങ്ങളും നടക്കുകയാണ്. നേരം പുലരും മുമ്പേ അച്ഛനെ ചുമതലയേൽപ്പിച്ച് അദ്ദേഹം പോയി. യാത്ര മറയ്ക്കല്ലേ. മൂന്ന് ദിവസത്തെ ആഘോഷമുണ്ട്. മറയ്ക്ക ടെലഫോണെത്തിയിട്ടില്ലാത്ത കാലം. ആഘോഷത്തിനിടെ പിറ്റേന്ന് തമിഴ് നാട് ബോർഡർ കടന്ന് പബ്ലിക്ക് ബൂത്തിൽ നിന്നും ട്രങ്ക് കാൾ ബുക്ക് ചെയ്ത് അച്ഛനെ വിളിച്ചു. കൊച്ചിൻ കോർപ്പറേഷൻ കൗൺസിലറായിരുന്ന കാലത്ത് അച്ഛ നെടുത്ത ടെലഫോണെന്ന അക്കാലത്തെ ആഡംബര സംവിധാനം റിട്ടയർമെന്റോടെ അച്ഛന്റെ കടയിലേക്ക് മാറ്റിയിരുന്നു.

"യൂറിനറി ഇൻഫെക്ഷൻ കൂടിയതാണ്, ആശുപത്രിയിൽ അഡ്മിറ്റ ചെയ്തു, പേടിക്കാനില്ല"

അച്ഛൻ മറുപടി കൊടുത്തു. രണ്ട് ദിവസം കഴിഞ്ഞ് ഒരു രാത്രിയിൽ

അദ്ദേഹം ആശുപത്രി മുറിയുടെ വാതിലിൽ മുട്ടുമ്പോൾ എന്റെ ഉള്ള പ്പനിയും വേദനയും ശമിച്ചിരുന്നെങ്കിലും കല്യാണമുഹൂർത്തത്തിൽ തന്നെ കടന്നുകൂടിയൊരു മനോവേദന അതിന്റെ പാരമ്യത്തിലെത്തി നിന്നതല്ലാതെ ഒട്ടും ശമിച്ചിരുന്നില്ല. കുട്ടിരിപ്പിന്റെ പകൽ ഡ്യൂട്ടിക്കാർ പോയിരുന്നു. നിറവയറോടെ ഞാൻ തനിച്ചായിരുന്നു മുറിയിൽ. വാതിൽ തുറക്കാതെ പ്രതിഷേധിക്കണമെന്നുണ്ടായിരുന്നു മനസ്സിൽ. പക്ഷേ ധൈര്യം സമാഹരിക്കാനാവാതെ മൂന്നാമത്തെ മുട്ടിൽ ഞാൻ വാതിൽ തുറന്നു.

പിന്നെയും കുറച്ച് ദിവസം കഴിഞ്ഞുള്ളൊരു ദിവസമാണ്. ആരോഗ്യം വലിയ കുഴപ്പമില്ലാത്ത അവസ്ഥയിലായിരുന്നതുകൊണ്ടായിരുന്ന ല്ലോ മറ്റ് വീട്ടുജോലികൾക്ക് പുറമേ തലേന്നത്തെ തയ്യൽ വേലകൾ. രാവിലത്തെ കഞ്ഞി കഴിഞ്ഞ് അച്ഛനും അമ്മയും മഞ്ഞുമ്മലെ കുട്ടിമാ മന്റെ മോളുടെ കുഞ്ഞിന്റെ ഇരുപത്തെട്ടിന് പോകുന്നു. അച്ഛന്റെ കൂട്ടുകാ രനാണ് കുട്ടിമാമൻ. ഉച്ചയ്ക്കലേക്കുള്ള ചോറും കറിയും വയ്ക്കാനുള്ള സമ്പൂർ ണ്ണ ചുമതല എനിക്കാണ്. എന്റെ സഖാവിന് മോണിംഗ് ഡ്യൂട്ടിയാണ്. ഉച്ചയ്ക്ക് ഊണിനെത്തും.   എന്തുകൊണ്ടോ അനിയനന്ന് ജോലിക്ക് പോയിട്ടില്ല. ചെറിയ അനിയനും അനിയത്തിയും കോളേജിൽ പോയി രിക്കുന്നു. എല്ലാവരും ഉച്ചയ്ക്കെത്തും. ഊണിന് ഉഢായിപ്പ് വേലയിറക്കക സാദ്ധ്യമല്ല. വീടിന് പുറകുവശത്തെ ഔട്ട് ഹൗസിന് വടക്കുവശത്ത് നിൽക്കുന്ന വലിയ മൂവ്വാണ്ടൻ മാവിന്റെ ചോട്ടിൽ മൂന്ന് കല്ലുകൾ ചേർ ത്തിട്ട അടുപ്പിലാണ് കഞ്ഞിവയ്പ്പ്. ഞാൻ വീട്ടിൽ ശീലിച്ചിട്ടില്ലാത്ത ഒരേർപ്പാടാണിത്. വലിയ കലത്തിൽ രണ്ടുനേരത്തേക്ക് ഒരുമിച്ചാണ് വയ്ക്കുക. രാവിലത്തെ കഞ്ഞി കൂക്കറിലാണ്. എനിക്ക് പനിക്കാലത്ത് പോലും കഞ്ഞി ശീലമില്ല. കൊച്ചമ്മയുടെ വീട്ടിൽ നിൽക്കുന്ന കാലത്ത് മരുന്നുപോലെ ശീലിച്ചിട്ടുണ്ട്. നാല് നേരം പലഹാരമെങ്കിൽ അത്രയും സന്തോഷം എന്ന ശീലമൊക്കെ മാറ്റി.   പിൽക്കാലത്ത് മറ്റെല്ലാവരും വൈകുന്നേരം വീട്ടിൽ വരുമ്പോൾ കഴിക്കുന്നതുപോലെ നാലുനേരം ചോറും മീനും ശൈലി സ്വീകരിച്ച് ഞാൻ നടുവേ ഓടാൻ ശീലിച്ച ഇട ങ്ങിയിരുന്നു.

അങ്ങനെ ഞാൻ നിറവയറുമായി, നിലത്ത് പലകയിട്ടിരുന്ന് അടുപ്പ് കത്തിച്ച് കഞ്ഞിക്കലം അടുപ്പത്ത് കേറ്റി വച്ചു. ശേഷമാണ് അലക്ക് ജോലികൾ. അച്ഛനിറങ്ങാൻ നേരം ഓർമ്മിപ്പിച്ചിരുന്നു. "മായേ.. ഈ മേശേടെ വിരിയൊന്നെടുത്തലക്കണം" എനിക്ക് അച്ഛനോട് നല്ലിഷ്ടവും ബഹുമാനവുമാണ്. എനിക്ക് മാത്രമല്ല, എല്ലാവർക്കും അങ്ങനെയാണ്. നാട്ടുകാർക്കും വീട്ടുകാർക്കുമാക്കെ അങ്ങനെ തന്നെയാണ്. പത്തും

തികഞ്ഞ് നിൽക്കുന്ന ഗർഭിണിയുടെ പരാധീനതകൾ അച്ഛനറിയാ ത്തത് കൊണ്ടാവും, മേശപ്പറത്തിരിക്കുന്ന വലിയ റേഡിയോയും മറ്റ് കണസകണസ സാധനങ്ങളമൊക്കെ മാറ്റി, അലക്കിയിട്ട് ഏറെ ക്കാലമായ ആ വിരിപ്പെടുത്ത് അലക്കാൻ എന്നോടച്ഛൻ പറഞ്ഞത്. അമ്മയുടെ പ്രസവകാലത്തൊക്കെ അച്ഛൻ ട്രേഡ് യൂണിയൻ പ്രവർ ത്തനങ്ങളുടെ തിരക്കിലായിരുന്നതിനാൽ അത്തരം പരാധീനതകളൊ ന്നും കണ്ടിട്ടുണ്ടാവില്ല. അമ്മയ്ക്ക് എന്തിനും ഏതിനും അമ്മയുടെ അമ്മ ഇണയായുണ്ടായിരുന്നു.

അച്ഛന്റെ മുന്നിൽ ഗ്രേഡ്താഴുന്ന കാര്യം എനിക്ക് ചിന്തിക്കാനേ വയ്യ. അച്ഛന്റെ പ്രത്യേക പ്രീതിക്കായി ഞാൻ മേശവിരിയെടുത്ത് ച്ചൂടുള്ള സോപ്പുവെള്ളത്തിൽ മുക്കിവച്ച് അലക്കി വെളുപ്പിച്ച വിരിച്ചു. അടുത്ത വീട്ടിലെ നാരായണിച്ചേച്ചി ക്ഷുശലാന്വഷണത്തിന് വന്നപ്പോൾ വേറാ രുംകേൾക്കാതെ പച്ചമോരിന് കൊതി പറഞ്ഞു. നാരായണിച്ചേച്ചി സഹതാപപൂർവ്വം അടുപ്പതി കത്തിക്കുകയും മോരുംകൊണ്ട് വന്നനേരം കഞ്ഞി വാർത്ത് തരികയും ചെയ്തു. അല്ലെങ്കിൽ ആ കഞ്ഞിക്കലം അട ക്കളവരെ ഞാനെങ്ങനെ പൊക്കിക്കൊണ്ടുപോകുമായിരുന്നാവോ..

അലക്കും പാചകവും കഴിഞ്ഞ് ഞാൻ ക്ഷീണിച്ച് അവശയായിരു ന്നു. അപ്പോഴാണ് വല്യച്ഛന്റെ മോൻ കല്യാണം വിളിക്കാനെത്തുന്നത്. ദൂരേന്ന് വരുന്നതാണ്. ചേട്ടനും ചോറ് കൊടുത്തിട്ട് വേണം വിടാൻ. സഖാവ് ഒന്നരയ്ക്കാണെത്തുക. ആളെത്തി, ചോറെടുക്കും മുമ്പേ മറ്റൊ രാവശ്യം മുന്നോട്ട് വച്ചു.

"നമുക്കിത്തിരി ഗാർഡനിങ്ങാവാം. മുറ്റത്ത് നില്ലുന്ന പൂവ്വണങ്ങിയ ജമന്തിച്ചെടികൾ പറിച്ചുമാറ്റാം."

"യ്യോ.. ഇന്നിനി വേണ്ട, എനിക്ക് തീരെ വയ്യ."

ഏതെങ്കിലും തീരുമാനം എന്റെ സൗകര്യത്തെയോ ഇഷ്ടത്തെയോ മാനിച്ച് മാറ്റൊരു തരത്തിലേക്ക് മാറ്റാനാകുമെന്ന പ്രതീക്ഷയിലല്ല, എനിക്കത്രേ വയ്യെന്ന് തോന്നിയിട്ട് പറഞ്ഞ് നോക്കിയതാണ്.

"വേഗം തീർക്കാം.. ഇല്ലെങ്കിൽ പിന്നെ ശരിയാവില്ല. വേഗം വാ"

വീട്ടിലെ പൂന്തോട്ടം നല്ല ഭംഗിയുള്ളതായിരുന്നു. മുറ്റത്തെ രണ്ടായി പകുത്ത് നടക്കുള്ള നടവഴിയ്ക്കിരുവശവും ഭംഗിയായി പച്ചത്തിരമാല പോലെ വെട്ടിനിറുത്തിയ ബ്യഷ്നിര. മതിലിനോട് ചേർന്ന് നിരയൊത്ത് നിൽക്കുന്ന അരണമരങ്ങൾ. ഗേറ്റിനടുത്തായി നിറയെ ചെറുപ്പൂക്കളുള്ള ഒരു വലിയ ന്യൂജനറേഷൻ ചെടി പ്രൗഢിയിൽ തലയുയർത്തി വിരിഞ്ഞ് നിൽക്കുന്നു. ഇരുവശങ്ങളിലും ചട്ടികളിലായി പല നിറത്തിലുള്ള

ബട്ടൻസ് റോസുകൾ. കല്യാണംകഴിഞ്ഞ നാളിൽ മറയൂരുള്ള ഇളയ ച്ഛന്റെ വീട്ടിൽ നിന്ന് കൊണ്ടുവന്നവ. പിന്നെ പൂത്തുലഞ്ഞ് നിൽക്കുന്ന ജമന്തികൾ (വെന്തിച്ചെടികൾ). വെന്തിച്ചെടികളുടെ കാലം കഴിഞ്ഞിരി ക്കുന്നു. പഴയത് മാറ്റി പുതിയത് നടണം. ചെടികൾ പറിച്ച കൊണ്ടിരി ക്കെ പെട്ടെന്ന് എന്റെ കാലിലൂടെ മൂത്രം ഒഴുകിപ്പടർന്നിറങ്ങാൻ തുടങ്ങി. എനിക്ക് പേടിയായി. ചെടി വലിച്ച ആഘാതത്തിൽ മൂത്രഞരമ്പ് പൊട്ടിയതാണോ...

അദ്ദേഹം ഊണ് കഴിഞ്ഞ് പതിവുപോലെ 'ഒരു ടെൻ മിനിറ്റ്സ്' പറഞ്ഞ് ഒന്നര മണിക്കൂർ ഉറക്കത്തിന് പോയി. പണികളൊഴിഞ്ഞ് ഞാൻ കുളിച്ചിരുന്നുപോല്യുമില്ല. ഞാൻ പേടിച്ച്‌ ഓടി കുളിമുറിയിൽ കയറി. മൂത്രമൊക്കെ കഴുകിക്കളഞ്ഞ് കുളിക്കാൻ തുടങ്ങി. പിന്നെയും ഒരിക്കൽ കൂടി എന്റെ അനുമതിയില്ലാതെ മൂത്രം പോയി. എന്റെ കണ്ണുനീരും കുളിനീരും ചേർന്നൊഴുകിയിറങ്ങി. എനിക്കിത് ആയുഷ്ക്കാല ശിക്ഷാവിധി യാവും. വല്യമ്മയുടെ അമ്മയ്ക്കിതേ അവസ്ഥയാണ്. ആയുഷ്ക്കാലം മുഴുവനും ആർത്തവത്തുണിയെന്ന പോലെ മൂത്രത്തുണിയുടേയും കനംപേറിയുള്ള ജീവിതം. വീട്ടിന്നകത്തേക്ക് കയറിവരാൻ പേടിച്ച് ഞാൻ നിർത്താതെ കുളിച്ചുകൊണ്ടേയിരുന്നു. ഈ സമയത്ത് ശ്വാസംമുട്ട് വന്നാലോ എന്ന ഭയം വന്ന് പേടിപ്പിച്ച നേരം കുളി നിർത്തി തോർത്തിക്കയറി വന്ന് ഭർത്താവിനെ വിളിച്ചുണർത്തി കാര്യം പറഞ്ഞു. ഭർത്താവ് കാര്യം അനിയനോട് പറഞ്ഞു. അപ്പൊ അനിയനാണ് പറയുന്നത് അത് പ്രസവസമയം അടുത്തതിന്റെ ലക്ഷണമാകാമെന്ന്.

അങ്ങനെയാണ് ഞങ്ങൾ എന്റെ കടിഞ്ഞൂൽ പ്രസവത്തിനായി ആശുപത്രിയിലേക്ക് പോയത്. പഴയ സാരിത്തുണി കനത്തിൽ മടക്കിയുടുത്ത് ഞാനും അദ്ദേഹവും അദ്ദേഹത്തിന്റെ കോളേജിൽ പഠിക്കുന്ന സഹോദരിയും കൂടി ആശുപത്രിയിലേയ്ക്ക് നടന്നു. ഞങ്ങൾ ആശുപത്രിയിൽ എത്തുമ്പോഴേക്കും നാലുമണിയായി. എന്റെ ഡോക്ടർ വരാനിനിയും വൈകും. അവരെന്നെ വീൽചെയറിലിരുത്തി ലിഫ്റ്റിൽ കയറ്റി ലേബർറൂമിലേക്ക് കൊണ്ടുപോകും വഴി തടയണകളൊക്കെ പൊട്ടിച്ച് കുതിച്ച വെള്ളം ലിഫ്റ്റിലെ തറയിലേക്ക് ഒലിച്ചിറങ്ങി. ഞാൻ നാണക്കേട് സഹിയാതെ തലതാഴ്ത്തിയിരുന്നു. കണ്ണുകൾ ചോർന്നൊ ലിച്ചു. ലേബർ റൂമിൽ ശോശാമ്മ സിസ്റ്ററുടെ പരിചിതമുഖം കണ്ടപ്പോൾ എന്റെ ചുണ്ടിൽ സനാഥത്വത്തിന്റെയൊരു ചെറുമന്ദഹാസം വിരിഞ്ഞു. അവർ ഒരുകാലത്ത് ഭർത്താവിന്റെ അളിയന്റെ സഹപ്രവർത്തകയാ യിരുന്ന വകയില്ലുള്ള സ്നേഹത്തിന്റെ ഒരോഹരി എന്നെ കാണുമ്പോ ഴൊക്കെയും വീതിച്ച തരാറുള്ള മാലാഖയായിരുന്നു.

 കമലവിലാസ് കൺമഷി

ടേബിളിൽ കയറ്റിക്കിടത്തിയിട്ട് ശോശാമ്മ സിസ്റ്റർ സ്നേഹത്തോടെ ചോദിച്ചു.

"വേദനയില്ലാത്ത പ്രസവം വേണോ?"

വേദനയില്ലാത്ത പ്രസവം ഈ ആശുപത്രിയിൽ ലഭ്യമാണ് എന്ന പരസ്യബോർഡ് ഞാനും കണ്ടിരുന്നു. എന്റെ കൂടെ പഠിച്ച ശ്രീലത ഗൾഫിൽ വേദനയില്ലാതെയാണ് പ്രസവിച്ചതെന്ന് കടയിൽ അരിയി ടിക്കാൻ വരുന്ന വിലാസിലിച്ചേച്ചി പറയുന്നത് ഞാൻ അത്ഭുതത്തോടെ കേട്ടിരുന്നതല്ലാതെ മറ്റാരും അങ്ങനെ പ്രസവിച്ചതായി ഞാൻ കേട്ടിരു ന്നില്ല. മുക്കാലും കഴിഞ്ഞല്ലോ പിന്നെന്തിനല്ലേ എന്ന് എന്റെ മറുപടിക്ക് കാത്തുനില്ലാതെ ശോശാമ്മ സിസ്റ്റർ തന്നെ പറഞ്ഞു. പിന്നെല്ലാം പെട്ടെന്നുള്ള ഒരുക്കങ്ങളായിരുന്നു. വേദന താങ്ങാതെ ഞാൻ അടു ത്തുനിന്ന മേടന്റെ കയ്യിൽ മുറുകെപ്പിടിച്ചു.

"ഇത്രയും സഹിക്കേണ്ട, വേണമെങ്കിൽ ഇത്തിരി കരഞ്ഞോളൂ... ഉറക്കെ കരഞ്ഞോളൂ... ഈയവസ്ഥയിൽ പാട്ടുംപാടിയാണ് പലരും വന്നു കയറാറുള്ളത്"

പിട്ടത്തം മുറുകിയതിന്റെ വേദനയിലാകാം അവർ പറഞ്ഞു.

അതിനിടെ ശോശാമ്മ സിസ്റ്റർ ഡ്യൂട്ടി കഴിഞ്ഞിറങ്ങിപ്പോയി. പിന്നെ യവരെ ഞാൻ ലേബർ റൂമിൽ കാണുന്നത് മോള് ആദ്യപ്രസവത്തി നായി അവിടെ കയറിയപ്പോഴാണ്. അന്നവർ ഡ്യൂട്ടിയിലുണ്ടായിരുന്ന എല്ലാവരോടും നടന്നു പറഞ്ഞു. ഇതെന്റെ കുട്ടിയാണ്. ഞാനെടുത്ത കുട്ടി. ആ ആശുപത്രിയിൽ രണ്ടാം തലമുറയിലെ ആദ്യപ്രസവ റെക്കോഡ് മറ്റൊരു കുട്ടി കൊണ്ടുപോയെന്നവർ നിരാശപ്പെട്ടു.

അതിനിടെ രണ്ടാമത് ഡ്യൂട്ടിക്ക് കയറിയ സിസ്റ്ററെന്നെ നോക്കി മുഖം കറുപ്പിച്ചും ശബ്ദം കനപ്പിച്ചും ചോദിച്ചു.

"കയ്യും   വീശിയാണോ   പ്രസവത്തിന്   വന്നിരിക്കുന്നത്? തുണിയെവിടെ?"

തുണിയോ... ഇപ്പോഴെന്തിന്? കുഞ്ഞ് വന്നില്ലല്ലോ എന്ന് ഞാൻ മനസ്സിലോർത്തു. പഠിച്ചത് സയൻസാണെങ്കിലും പ്രസവശേഷമുള്ള രക്തസ്രാവം എന്റെ കണക്കുകൂട്ടലിലില്ലാതെ പോയി. കൊച്ചമ്മ രണ്ടുമാസം മുമ്പേ തുണിയൊരുക്കി തയ്യാറെടുത്ത് ഇനിയും പത്തുദി വസമെന്ന് കണക്കെണ്ണി പുത്തൻവേലിക്കരയിൽ കാത്തിരിക്കുകയാ ണെന്ന് അവരോട് പറഞ്ഞിട്ടെന്ത് കാര്യം. ഞാനൊന്നും മിണ്ടിയില്ല. ആശുപത്രിക്കടുത്തുള്ള അമ്മാവന്റെ വീട്ടിൽ നിന്നും പഴമുണ്ടുകളുമായി

അമ്മായിയെത്തി. എന്റെ രണ്ട് മണിക്കൂറിന്റെ വേദനയ്ക്കൊടുവിൽ മോള് കരഞ്ഞു.

"ഇത്രയെളുപ്പത്തിലൊരു പ്രെമി ഞാനാദ്യമായിട്ടാണ്"

ഡോക്ടറുടെ കണ്ണകൾ നിറഞ്ഞു ചിരിച്ചു. ശേഷം എല്ലാ തിക്കും തിരക്കും കഴിഞ്ഞാണ് മഞ്ഞുമ്മൽ ഇരുപത്തെട്ടിന് പോയ അമ്മ യെത്തിയത്. പൃത്തൻവേലിക്കരയിൽ വിവരമറിയിച്ച് കൊച്ചമ്മയെ കൂട്ടിക്കൊണ്ടുവരാൻ പോയ കുഞ്ഞനിയൻസംഘം കടത്തുവഞ്ചിയുടെ സമയം കഴിഞ്ഞതിനാൽ പിറ്റേന്ന് രാവിലെയാണ് തിരിച്ചെത്തിയത്. ഞാൻ ലേബർറൂമിൽ നിന്നിറങ്ങി റൂമിലേക്ക് പോകുമ്പൊ മോളുടെ അച്ഛൻ എന്നോട് പറഞ്ഞു.

"ഞങ്ങൾ പേരൊക്കെ തീരുമാനിച്ചു. ആരതി. ആരതി റോഷൻ"

പിന്നെയും നാളുകളേറെക്കഴിഞ്ഞ് അമ്മയും അനിയത്തീടെ മോള് ഒന്നര വയസ്സുകാരീം ചേർന്ന് വിളിച്ചു.. രാത്രു.... വർഷങ്ങളോളം മനസ്സിൽ കരുതിവച്ച് അതിമധുരം ചേർത്ത് മോഹിപ്പിച്ച് കൊണ്ടനടന്ന പുന്നാ രപ്പേര് അന്നെന്നോട് പിണങ്ങി പടിയിറങ്ങിപ്പോയി.

സാമി

വളരെ പ്രിയപ്പെട്ടതായിരുന്ന എന്റെ സാമിയെക്കുറിച്ചാണ്. എനിക്ക് ആറോ ഏഴോ വയസ്സുള്ളപ്പോൾ ഒരു ശബരിമലനോമ്പുകാലത്ത് വീട്ടിൽ വന്നുകയറിയ, കുറച്ചുകൂടി വ്യക്തമായി പറഞ്ഞാൽ കടയിൽ വന്ന് കയറിയ ആളാണ് സാമി. മലമ്പ് പോവാൻ മാലയിട്ടിരുന്നത് കൊണ്ടു മാത്രം പിന്നീട് ആയുഷ്ക്കാലം മുഴുവൻ പുത്തൻവേലിക്കരക്കാർക്ക് സാമിയായിപ്പോയ ചെറുപ്പക്കാരൻ.

അന്ന് പുത്തൻവേലിക്കരയിലെ പ്രതാപത്തിലോട്ടുന്ന ഗണേഷ് ഹോട്ടൽ &ടീ ഷോപ്പ് എന്ന ഹോട്ടലിൽ ഒരു ജോലി ചോദിച്ച് മാലയിട്ട് വന്നുകയറിയ ആ ചെറുപ്പക്കാരന് ജോലിയും, ജോലിയ്ക്കൊപ്പം ഒരു പേരും സമ്മാനിച്ച അച്ഛൻ. അതോടെ സാമിയുടെ സദാശിവൻ എന്ന പേര് പൂർവ്വാശ്രമത്തിലെ പേരായി മാഞ്ഞുപോകുകയായിരുന്നു. പേര് സാമിയെന്നായിപ്പോയി എന്ന് കരുതി സാമിയൊരു സ്വാമിയായിരുന്നില്ല. കുളിച്ച് കുട്ടപ്പനായി മുടിയിൽ നല്ല സുഗന്ധമുള്ള ഹെയറോയിലൊക്കെ തേച്ച് ചീകിമിനുക്കി കരുവിക്കുടൊക്കെയൊരുക്കിയാണ് സാമി ജോലിയിൽ പ്രവേശിച്ചത്. ചായയടിയാണ് മെയിൻ ജോലി. സംഗതി ഏതാണ്ട് സെറ്റായതോടെ ചായയടിക്കാൻ നിൽക്കുന്നിടത്ത് നിന്ന് തിരിഞ്ഞാൽ നേരെ കാണുന്ന ചുമരിൽ വിജയശ്രീയുടെ പടങ്ങളൊക്കെ വെട്ടിയൊട്ടിച്ച് ചുമരൊക്കെ സാമിയങ്ങ് പതിച്ചെടുത്തു. ചായയടി കൂടാതെ ഔട്ട് ഡോർ ഡ്യൂട്ടിസും ചിലതുണ്ടായിരുന്നു സാമിക്ക്. പാലിന്റെയും മുട്ടയുടെയുമൊക്കെ കാര്യത്തില്ും കടയിൽ ഞങ്ങളന്ന് സ്വയം പര്യാപ്തരായിരുന്നു. നല്ല കട്ടിയുള്ള എരുമപ്പാലിനായി എരുമകളുണ്ടായിരുന്നു. എരുമയെ കുളിപ്പിക്കുന്നത് സാമിയുടെ ഒരു ഔട്ട്ഡോർ ഡ്യൂട്ടിയാണ്. വെറും കുളിപ്പിക്കലല്ല. സ്വന്തം ഹെയറോയിലൊക്കെ എരുമകൾക്കും തുല്യാവകാശത്തോടെ വീതിച്ചുകൊടുത്തിരുന്ന സാമി.

എരുമകളെയൊക്കെയും കുളിപ്പിച്ച് മിനുക്കി കൊഴുപ്പിച്ചങ്ങനെ നിറുത്തും. അക്കാലത്ത് സ്ഥലത്തെ ഏക മൊബൈൽ ഫോട്ടോഗ്രാഫറായ പോളാശാന്റെ ക്യാമറയിൽ അവരൊന്നിച്ചുള്ള സെൽഫികൾ പകർ ത്തപ്പെട്ടിട്ടുമുണ്ട്.

കോസ്റ്റ്യൂംസ് വാങ്ങുക, സിനിമയ്ക്ക് പോകുക എന്നീയിനങ്ങളിലേ ക്കാണ് സാമിയുടെ ശമ്പളത്തിന്റെ സിംഹഭാഗവും ചോരുന്നത്. ഇതി നേക്കാളൊക്കെ സാമിയുടെ ദൗർബ്ബല്യമായിരുന്ന അമ്മയില്ലാതെ അവിടെയാകെ തേരാപ്പാരെ ഓടിനടക്കുന്ന ഞാൻ. എനിക്ക് വേണ്ട ചാന്ത്, കൺമഷി, സ്റ്റിക്കേഡ്, റിബ്ബൺ എല്ലാം തന്നെ ആ ശമ്പളത്തിലൊ തുക്കണം സാമിക്ക്. എനിക്ക് കെയർ ടേക്കറായൊരു വല്യമ്മയുണ്ടെ ങ്കിലും അവർക്ക് എന്റെ മുടിചീകിക്കെട്ടുന്നതിലോ നെറ്റിയിൽ പൊട്ട് വയ്ക്കുന്നതിലോ ഒന്നും വലിയ നിർബ്ബന്ധങ്ങളില്ലായിരുന്ന. വല്യമ്മയെ പ്പഴും കടയിലെ അട്ടക്കല സാധനങ്ങൾ സ്മാൾ സ്കെയിലായി കിഴികെട്ടി അയൽവീട്ടുകൾക്ക് കൈമാറുന്ന വ്യാപരവിനിമയ ബന്ധങ്ങൾ ശക്തി പ്പെടുത്തുന്നതിൽ ജാഗ്രുകയായിരുന്ന.

ഞാൻ അഞ്ചിലോ ആറിലോ പഠിക്കുന്ന കാലത്ത് ജോലിഭാരം കുറയ്ക്കുക എന്ന പോളിസിയുടെ ഭാഗമായി ഹോട്ടലിലെ ഊണ് നിറു ത്തുന്നു. ചായക്കട മാത്രമാകുന്നു. ഫുൾടൈം ജോലിക്കാർ പലരും പിരിയുന്നു. സാമി കടയിലെ ഏകാധിപതിയാകുന്നു. അരിയിടിക്കക പൊടിക്കുക തുടങ്ങിയ പാർടൈം ചേച്ചിമാരും സാമിയും പിന്നെയും ഒരുപാട് കാലം ഞങ്ങളോടൊപ്പമുണ്ടായിരുന്ന. ഇതിനകം കൊച്ചമ്മ വന്നു, അനിയൻമാർ വന്നു ഞാൻ വളർന്നു. എങ്കിലും പിരിഞ്ഞുപോകും വരെ വലിവ് രോഗിയായ (ശ്വാസം മുട്ട്) എന്നെ ആയാസകരമായ ഏതൊരു ജോലിയിൽ നിന്നും മാറ്റി നിറുത്തുക എന്നത് സാമിയുടെ പ്രാഥമിക കർത്തവ്യമായി സാമി കരുതിപ്പോന്നിരുന്ന. കിണറിൽ നിന്നും വെള്ളം കോരുക, വെള്ളം നിറഞ്ഞ ബക്കറ്റ് പൊക്കുക എന്നീ ജോലികൾ സാമിയുള്ളപ്പോൾ മാത്രം എനിക്ക് അപ്പാടെ നിഷിദ്ധമാ യിരുന്ന. പിന്നീടെപ്പഴോ അച്ഛന്റെ ഇളയച്ഛന്റെ കുടുംബത്തെത്തന്നെ കടയിലേക്ക് കയറ്റി സംരക്ഷിക്കേണ്ട അവസ്ഥ വന്നു. വൈകാതെ സാമി നാട്ടിലേക്ക് തിരിച്ച് പോയി.

പത്താം ക്ലാസ്സ് കഴിഞ്ഞതോടെ ഞാനും പയ്യെ നാട്ടവിട്ട പോലായി. മൂന്ന് വശത്തായി നാല് പുഴയുള്ള നാട്ടിന്ന് പുഴയില്ലാത്ത വശത്തേക്ക് നീട്ടിവിട്ട അച്ഛനെന്നെ. ഞങ്ങൾ പയ്യെ സാമിയെ മറന്നു. അതിനിടെ സാമി കല്യാണം കഴിച്ചെന്നും ഒരു മോനുണ്ടെന്നും ഇത്തിരിയേറെ

കഠിനമായ ജോലികൾ ചെയ്ത് ജീവിക്കുന്നു എന്നുമൊക്കെ ആരോ പറഞ്ഞ് അറിഞ്ഞു.

വർഷങ്ങൾ കഴിഞ്ഞു, കട അച്ചന്റെ ഇളയച്ചന്റെ മക്കൾക്ക് നടത്താൻ കൊടുത്തു. ഞങ്ങൾ വേറെ വീട് വച്ച് മാറി താമസിച്ചു. അച്ചൻ മരിച്ചു. എന്റെ കല്യാണം ഉറപ്പിച്ചു, കല്യാണത്തിന് രണ്ടോ മൂന്നോ ദിവസം മാത്രം ബാക്കി. വീട്ടിൽ ആഘോഷങ്ങളൊന്നുമില്ല. സാമി വീടിന്റെ മുന്നിൽ വന്ന് നിൽക്കുന്നു.

"ഞാൻ മായമോളെ സ്വപ്നം കണ്ടു, ഞാനവളെയൊന്ന് കാണാൻ വന്നതാണ്."

എനിക്കിപ്പഴും കണ്ണ് നിറയുന്നുണ്ട് ആ രംഗവും സാമിയുടെ മുഖവും ഓർക്കുമ്പോൾ. വീട്ടിലെല്ലാവരുടെയും വിളിപ്പേരുകൾ വേറെയയിരുന്നു. കുട്ടനും മോനും ചക്കരയുമൊക്കെ ചേർന്ന് മധുരതരം. ഞാൻ മാത്രം ഒഫീഷ്യൽ നെയിമിൽ. മോളേ എന്നെന്നെ സാമിയല്ലാതാരും വിളിച്ചിട്ടില്ല. എന്റെ ജീവിതത്തിലെ ഒരു വഴിത്തിരിവിൻ സമയത്ത് സാമിയെത്തിയപ്പോൾ ഞങ്ങൾക്കൊക്കെ എന്തെന്നില്ലാത്ത സന്തോഷമായി. സാമിയെന്നെ സ്നേഹപൂർവ്വം അനുഗ്രഹിച്ചു. ആ ശുഭ മുഹൂർത്തത്തിന് ശേഷം വീണ്ടും സാമി വിസ്മൃതിയിലേക്ക്.

പിന്നെയായിരുന്നല്ലോ എന്റെ ജീവിതപ്പാച്ചിൽ. ഞാനെന്റെ ബാല്യം തന്നെ എവിടെയോ മറന്നു വച്ചു. നിലം തൊടാതെയുള്ള പാച്ചിലാ യിരുന്നു. പിന്നെയും കാലമേറെക്കഴിഞ്ഞാണ് പാച്ചിലൊന്നടങ്ങി ചക്രങ്ങൾ നിലം തൊടാൻ തുടങ്ങിയത്. ഇത്തിരി കഷ്ടപ്പെട്ട് യാത്ര ചെയ്ത് ജോലിക്ക് പോയി വരുന്നൊരു കാലം. സ്കൂട്ടറിലൊരു അഞ്ച് കിലോ മീറ്റർ യാത്ര, പിന്നെയും ബസ്സിൽ 25 കിലോ മീറ്റർ. പിന്നെയും പത്ത്പതിനഞ്ച് മിനിട്ട് നല്ലനടപ്പ്. യാത്രാക്ഷീണമെങ്കിലും, മടക്കയാ ത്രയിൽ മോളുടെ ഫ്ലാറ്റിൽ ഓടിക്കയറി പേരക്കുട്ടികളെ ഒന്നെടുത്ത് ഉമ്മ വയ്ക്കാനുള്ള, എത്ര നിയന്ത്രിച്ചാലും അടക്കാനാവാത്ത മോഹം. എല്ലാം കഴിഞ്ഞ് സന്ധ്യയിരുളാൻ തുടങ്ങും വീട്ടിലെത്തുമ്പോൾ. അങ്ങ നെയൊരു തിരക്കിലൊരു സന്ധ്യക്ക് ഒരു ഫോൺ.

"മായയല്ലേ..."

"അതെ, ആരാ?"

"സാമിയാണ് "

എനിക്ക് അത്ഭുതവും ആഹ്ലാദവും. വിശേഷങ്ങൾ പലതും ചോദിച്ചും പറഞ്ഞും സംസാരം നീണ്ടു. വീട്ടിൽ വന്ന് കൊച്ചമ്മയോട് നമ്പർ

വാങ്ങിയതാണ്. സാമി എന്ത് ചെയ്യുന്നു എന്ന ചോദ്യത്തിനുത്തരം എന്നെ തെല്ലൊന്ന് അമ്പരപ്പിച്ചു. സാമിയും ഭാര്യയും കൂടി കമേഴ്സ്യലായി ഒരമ്പലം നടത്തുന്നു. മോൻ കല്യാണം കഴിച്ചു. വേറെ താമസിക്കുന്നു.

"ഈശ്വരാ.. അച്ഛനിട്ട പേര് നീ പതിച്ച് കൊട്ടത്തോ സാമിക്ക്"

ഞാൻ സ്വഗതമടിച്ചു.

സാരമില്ല, സാമി എന്തെങ്കിലും നടത്തട്ടെ. ഒരു ദിവസം പോയി കാണണം. എനിക്ക് ജോലി കിട്ടിയിട്ട് ഞാനാദ്യമായി സാമിയെ കാണാൻ പോകുകയാണ്. എന്തെങ്കിലും കൊടുക്കണം. വീടൊക്കെ ചോദിച്ചു മനസ്സിലാക്കി. ഇനി പുത്തൻവേലിക്കര വരുമ്പൊ കൊച്ചമ്മ യേയും കൂട്ടി ഞാൻ വരാം സാമിയെ കാണാൻ എന്നുറപ്പിച്ച് പറഞ്ഞ് ഫോൺ വച്ചു. ഉടനെ കൊച്ചമ്മയെ വിളിച്ച് എല്ലാം സെറ്റാക്കി. പിറ്റേന്ന് വീണ്ടും അതേ സമയത്ത് ഫോൺ. ഞാൻ വരാം സാമി, എന്തായാലും വരാം എന്ന് പറഞ്ഞെങ്കിലും സാമി നിറുത്തുന്നില്ല.

"മോൾക്ക് ദുഃഖം വല്ലതുമുണ്ടോ?"

"ഏയ്, എനിക്ക് നല്ല സുഖമാണല്ലോ"

"അങ്ങനെയല്ലല്ലോ കാണുന്നത്? ദുഃഖങ്ങൾ കാണുന്നല്ലോ?"

"ഇല്ല, എനിക്ക് വിഷമങ്ങളൊന്നുമില്ല, വളരെ സുഖമാണ്."

"വിഷമങ്ങളുണ്ടല്ലോ,നമുക്ക് പരിഹാരങ്ങൾ ചെയ്യാം. ഇവിടെ അതൊക്കെ ചെയ്യുന്നുണ്ട്."

"അതിനെനിക്ക് വിഷമങ്ങളൊന്നുമില്ലല്ലോ സാമീ. എന്നാലും ഞാൻ വരുന്നുണ്ട് സാമിയെക്കാണാൻ. "

അത്താഴപ്പൂജയ്ക്കായി അടുക്കള ഇറക്കേണ്ട തിരക്കിൽ ഞാൻ ഫോൺ വച്ചു.

പിറ്റേന്നും ഫോണടിച്ചു. സാമി പിന്നെയും കൂടുതൽ പരിഹാരക്രിയാ വിധികൾ വിശദീകരിക്കാൻ തുടങ്ങി. ഞാനതൊക്കെയും കേൾക്കാതെ കേട്ടു. എന്റെ നടയുറപ്പിനായി ഞാൻ സാമിയുടെ നടയടച്ചു.

പിന്നെയും ദിവസങ്ങളോളം ഫോണടിച്ചു. മട്ടക്കും വരെ പരിഹാര ക്രിയകൾ പറഞ്ഞു. എന്റെ നടയുറപ്പെന്നും വൈകി. കൂടുതൽ വിധികൾ കേൾക്കാൻ വയ്യാതെ പിന്നെപ്പിന്നെ ഞാനാ നട ഇറക്കാതായി. കൊച്ചമ്മ ചോദിച്ചു.

"നമുക്ക് പോണ്ടേ സാമിയെക്കാണാൻ?"

"വരട്ടെ, പോകാം. എനിക്കിത്തരം അമ്പലങ്ങളും ആചാരവിധികളും

 കമലവിലാസ് കൺമഷി

അത്ര ശരിയാവ്വല്ല. കുറച്ചനാൾ കഴിയട്ടെ"

പിന്നീടെപ്പഴോ ഫോൺ മാറിയപ്പൊ സാമീടെ നമ്പറും പോയി കയ്യീന്ന്. കുറ്റബോധമോ നഷ്ട ബോധമോ ഒക്കെയുണ്ടെങ്കിലും എനിക്ക നനതേ പറ്റമായിരുന്നുള്ളവെങ്കിലും എന്നെങ്കിലും ദേ.. സാമി വന്നിട്ടുണ്ട് എന്ന് പറഞ്ഞ് കൊച്ചമ്മയുടെ വിളി വരും എന്നും കാത്തിരിപ്പാണ് ഞാനിപ്പഴും.

"സാമീ.. എനിക്കൊരു കുഴപ്പവുമില്ല, ദേ... നോക്ക്, സർവ്വ മംഗള മംഗല്യയായ് ഞാനിവിട്ടുണ്ട്" എന്ന് പറഞ്ഞ് ഓടിച്ചെല്ലാൻ.

ദൈവത്തിന്റെ മുഖമുള്ള മനുഷ്യൻ

ഡോക്ടർക്ക് സംസാരിക്കാനുണ്ട്. ഓ.പി. റൂമിലേക്ക് വിളി ക്കുന്നു. ഐ.സി.യു.വിന് പുറത്ത് ശ്വാസമറ്റ് കാത്ത് നിന്നിരുന്ന എനിക്കാധിയേറി.

കഴിഞ്ഞ 24 മണിക്കൂറായി അച്ഛനും മകളും ഐ.സി.യു. വിലാണ്. അന്ന് 2009 ജനുവരി 20. മോൾ സ്റ്റേറ്റ് ബാങ്ക് ഓഫ് ഇന്ത്യയിൽ ജോയിൻ ചെയ്തിട്ട് 15 ദിവസം മാത്രം. ജനുവരി 5 നായിരുന്ന ആ ബാച്ച് ജോയിൻ ചെയ്തത് എനിക്കന്ന് നാല്പത്തിയാറാം പിറന്നാളായിരുന്ന. ഞാനുമീ ലോകത്ത് ജീവിക്കാനർഹതപ്പെട്ടിരിക്കുന്നു എന്നൊരു തോന്നലെ ന്നിൽ മുളപൊട്ടാൻ തുടങ്ങിയതന്നാണ്.

അവൾക്ക് പഠിച്ച് കൊതി തീർന്നിട്ടില്ലായിരുന്നു. എം.ബി.എ. ഒരു സെമസ്റ്ററേ കഴിഞ്ഞിരുന്നുള്ളൂ. കോട്ടം കുപ്പായവും വലിയ സ്വപ്നങ്ങള മായി നടക്കുന്ന കാലം.

"ജോലിക്ക് ഇനിയും സമയമുണ്ടല്ലോ. ഇപ്പൊ പഠിക്കട്ടെ. ടെസ്റ്റൊ ക്കെ ഇനിയും കിട്ടാതിരിക്കില്ല" പലരും ഉപദേശിച്ചു.

"മോളേ... നമുക്ക് ഭാഗ്യപരീക്ഷണത്തിന് സമയമില്ല". എന്റേതൊ രപേക്ഷയായിരുന്നു.

"എത്രയോ പേർ എത്രയോ കാലം കോച്ചിങ്ങിന് പോയി എത്രയോ പരീക്ഷകളെഴുതിയിട്ടാണൊരു ജോലി കിട്ടുന്നത്. ഇതൊരു ഭാഗ്യമാണ്. ജീവിതം കരയ്ക്കെട്ടപ്പിക്കാനുള്ളൊരു കച്ചിത്തുരുമ്പാവാം.. ഉപേക്ഷിക്ക ല്ലേ...."

ആദ്യമായെഴുതിയ മത്സരപരീക്ഷയാണ്. സ്വപ്നത്തിൽ പോല്യം കര തിയതല്ല ഇങ്ങനൊരു ഭാഗ്യം വന്നുചേരുമെന്ന്. എന്റെ ഓഫീസിൽ ഞാൻ മാത്രമാണ് റവന്യൂസ്റ്റാമ്പിൽ ഒപ്പിടാതെ ശമ്പളം വാങ്ങുന്നത്.

 കമലവിലാസ് കൺമഷി

പരീക്ഷയെഴുതിക്കഴിഞ്ഞ് അഡീഷണൽ ഷീറ്റ് ചേർത്തുകെട്ടാനുള്ള നൂല് മേശപ്പുറത്ത് കാണുമ്പോഴുള്ള അതേ ആധിയാണെനിക്ക് റവന്യുസ്റ്റാമ്പ് കാണുമ്പോഴും. എങ്ങനെ ജീവിക്കുന്നു ഇത്രയും പൈസകൊണ്ടെന്ന് ചോദിക്കുന്നവരോടൊക്കെ വെറുതേ ചിരിച്ചു. ജീവിക്കുന്നുണ്ടായിരുന്നു. എങ്ങനെയൊക്കെയോ കൂട്ടിമുട്ടുന്നുണ്ടായിരുന്നു രണ്ടറ്റവും. ലോണുകളി ലാണ് ജീവിതം ബാലൻസ് ചെയ്ത് നിറുത്തുന്നത്. വീട്ടിത്തീർക്കാനുള്ള കടങ്ങളിനിയുമെത്രയേറെ. സ്വന്തമായി വീടില്ല. ഒരു തുണ്ട് ഭൂമിയില്ല. സ്വത്തുവകകളൊന്നുമില്ല. പ്രതീക്ഷകളുമില്ല. ഒന്നും ഇല്ലാതിരുന്നതല്ല. എല്ലാം നഷ്ടമായതാണ്. ഇന്ന് എന്നല്ലാതെ നാളെയെന്നൊരു ചിന്ത യില്ലാതെയിതെത്ര കാലമായി.

"പറ്റുമെങ്കിലിനിയും പഠിക്കാല്ലോ..."

അവളുടെ കണ്ണുകൾ പലപ്പോഴായി നിറയുന്നത് ഞാൻ കണ്ടിരുന്നു. പക്ഷെ എനിക്കത് നിവൃത്തികേടായിരുന്നു.

അന്ന് രാവിലെ ചെറിയൊരു പനിയായിരുന്നു. പ്രൊബേഷൻ പിരീഡല്ലേ.. ഡോക്ടറെ കാണാം. അച്ഛന്റെ നിർബന്ധമായിരുന്നു. അച്ഛനും മകളും കൂടി രാവിലെ ബൈക്കിന് പുറപ്പെട്ടതാണ്.

"ഇന്ന് കളക്ട്രേറ്റ് ഉപരോധമാണ്. പോകുമ്പോൾ നോക്കീട്ട് പോണേ.. ചുറ്റിക്കെട്ടീട്ടുണ്ടോ.. കയറാൻ പറ്റ്വോ.. ന്നൊക്കെ. വെറുതെ ഞാനവിടം വരെ സാരീംചുറ്റി പോണ്ടല്ലോ..."

ഞാൻ പറഞ്ഞേൽപ്പിച്ച വിട്ടു. ഡോക്ടറുടെ വീടെത്താൻ സമയമാ യപ്പൊത്തുടങ്ങി ഞാൻ രണ്ടുമൂന്ന് പ്രാവശ്യം വിളിച്ചുനോക്കി. ഫോണെ ടുക്കുന്നില്ല. ഡോക്ടറുടെ അടുത്താവും. ഞാൻ വിളി നിറുത്തി. അവർ തിരിച്ചെത്തേണ്ട നേരമായി. എനിക്കൊരുങ്ങാൻ സമയമായി. ആളും വന്നില്ല, വിളിയും വന്നില്ല. വന്നത് മറ്റൊരു ഫോണാണ്. അനിയനാണ്. ഇടുക്കീന്ന്.

"മായാന്റീ... ചേട്ടനൊരു ആക്സിഡന്റ്. ഒന്ന് സൺറൈസിലേക്ക് ചെല്ല്."

എന്റെ കൈകാലുകൾ തളർന്നു. എന്നാലോ എനിക്ക് തളർന്നി രിക്കാൻ നേരമില്ലായിരുന്നു. ഞങ്ങൾ എൻ.ജി.ഓ. ക്വാർട്ടേഴ്സിലാണ് താമസം. ആരോടാണ് പറയേണ്ടത്. ഞങ്ങൾ മൂന്ന് പേരാണ്. അതിൽ രണ്ടുപേരെക്കുറിച്ചാണ് പറഞ്ഞത്. ഒറ്റ നിമിഷത്തെ ഫോൺ കാളിൽ ഞാനൊരേകാന്ത ദ്വീപിൽ ഒറ്റയ്ക്കായ പോലെ. കയ്യിൽ പൈസയൊ ന്നുമില്ല. ഞാൻ നന്ദയെ വിളിച്ച് വിവരം പറഞ്ഞു. നന്ദ കൂട്ടുകാരിയാണ്. നന്ദയുടെ ഓഫീസും വീടും അടുത്താണ്. എന്നിട്ടും കാത്തിരിക്കാൻ

സമയമില്ല, ഞാൻ ഓടി അടുത്ത വീട്ടിലേക്ക്.

"ശോഭേ.. പൈസയെന്തെങ്കിലുമുണ്ടോ.. അവർക്കൊരാക്സിഡൻറ്."

ശോഭ കയ്യിലുള്ള പൈസയുമായി വന്നു.

"ഒറ്റയ്ക്ക് പോകണ്ട. ഞാനും വരാം"

ഞങ്ങളെത്തുമ്പോൾ പലരുമുണ്ടവിടെ. പത്തിരുപത്തഞ്ച് കിലോ മീറ്റർ ദൂരെയുള്ള കൂട്ടുകാരൻ വരെ. എല്ലാവരുടെയും മുഖം മ്ലാനമാണ്.

രണ്ടുപേരെയും കാഷ്വാലിറ്റിയിൽ നിന്നും സ്ട്രെച്ചറിൽ ഐ.സി.യു. വിലേക്ക് മാറ്റുകയാണ്. അച്ഛനെ ഞാനൊന്നു കണ്ടു. മുറിവുകളൊന്നും കാണുന്നില്ല. പുറകിലായി മോളെ കിടത്തിയ സ്ട്രെച്ചറും വന്നു. മുഖത്തും ദേഹത്തും ആകെ മുറിവുകളും ചോരപ്പാടുകളും. എന്റെ നെഞ്ചിൽ ചോര കിനിഞ്ഞു. മോളുടെ ചോരയിൽ കുതിർന്ന വസ്തുക്കൾ ഞാൻ കാൺകെ യാണവർ പുറത്തേക്ക് കൊണ്ടുപോയത്. അതുവരെ കണ്ടതിൽ വച്ച് ഏറ്റവും ഭീതിദമായ കാഴ്ച. ആരൊക്കെയോ പറയുന്നുണ്ട്.

"രാത്രുന് കുഴപ്പമില്ല. ഷാജിക്കാണ് ഹെഡ് ഇൻജ്വറി. ഡീപ്പാണ്"

കാഴ്ചയിൽ തിരിച്ചാണല്ലോ.. എനിക്കൊന്നും മനസ്സിലാകുന്നില്ലാ യിരുന്നു.

ആരൊക്കെയോ പറയുന്നുണ്ട്. ബൈക്കിൽ ബസ്സിടിച്ചതാണ്. വഴി യാത്രക്കാരാണ് ആശുപത്രിയിലെത്തിച്ചത്. മരിയ ബസ്സ്. എപ്പോഴും പേടിപ്പെടുത്തുന്ന ബസ്സാണ്. എനിക്കൊന്നും കേൾക്കേണ്ടതില്ലെന്ന് തോന്നി. എനിക്ക് ജീവിക്കാൻ തന്നെ പേടിയായി. തലേന്നാണ് റോഡ് ക്രോസ്സ് ചെയ്യാനായി ബ്രേക്ക് കൊടുത്ത് നിറുത്തി കാത്തുനിൽക്കുന്ന എന്റെ സ്കൂട്ടറിനു പിന്നിൽ ഒരു ലോറിയിടിച്ചത്. ലൈറ്റുകൾ പൊട്ടിത്ത കർന്ന ശബ്ദം കേട്ട് ഞെട്ടി വിറച്ച് ഞാൻ വണ്ടിയോടെ താഴെ വീണ തല്ലാതെ സാരമായ പരിക്കുകളില്ലാതെ രക്ഷപ്പെട്ടതിന്റെ ഷോക്ക് മാറിയിരുന്നില്ല.

ഷാജിക്ക് ഇന്റേണൽ ബ്ലീഡിംഗ് ഉണ്ട്. ഇഞ്ചുറി ഡീപ്പാണ്. ഒബ്സർ വേഷൻ വേണം. ഒന്നും പറയാറായിട്ടില്ല. ആരതിക്ക് ഹെഡ് ഇഞ്ചുറി ഡീപ്പല്ല. കോളർ ബോൺ പൊട്ടിയിട്ടുണ്ട്. റിബ്സിൽ ചെറിയ ഫ്രാ ക്ച്ചറുണ്ട്. ജോ ബോൺ ചെറിയ പൊട്ടലുണ്ട്. കൈക്കും ഫ്രാക്ച്ചറുണ്ട്. പേടിക്കാനില്ല. അച്ഛനും മകളും അടുത്തടുത്തായി ഐ.സി.യുവിനക ത്താണ്. അകത്തെന്തെന്നറിയാതെ ഞാൻ പുറത്തും. അച്ഛന് ഓർമ്മ ശരിയല്ല. രണ്ടാൾക്കും ആക്സിഡന്റ് നടക്കുന്നതിന് അരകിലോമീറ്റർ ദൂരം മുമ്പുള്ള ഓർമ്മയേയുള്ളൂ. എന്താണ് സംഭവിച്ചതെന്ന് ഓർമ്മയില്ല.

 കമലവിലാസ് കൺമഷി

അരമണിക്കൂറിനകം ചികിൽസയ്ക്ക് മതിയാവുന്നതിലുമേറെ പണവും ആശ്വാസവുമായി നന്ദയെത്തി. പുറകെ വീട്ടുകാരുമെത്തിയിരുന്നു.

24 മണിക്കൂർ പിന്നിട്ടു. ഞാൻ ഐ.സി.യു.വിന് പുറത്ത് തനിച്ചാണ്. അതുകൊണ്ടുതന്നെ ഡോക്ടറുടെ ഓ.പി.യിലേക്കും തനിച്ചാണ് പോകേണ്ടത്. ഞാൻ മനസ്സിനെ തയ്യാറെടുപ്പിച്ച് അകത്ത് കടന്നു.

"ഇരിക്കൂ..." ഞാനിരുന്നു

"ഷാജി മദ്യപിക്കാറുണ്ടോ?"

ചിന്തകളുടെ വേഗം പ്രകാശവേഗത്തേക്കാൾ കൂടുതലാണെന്നെനി ക്ക് പലപ്പോഴും തോന്നിയിട്ടുണ്ട്. അന്നും ചിന്തകൾ പറക്കുകയായിരുന്നു. താലി കെട്ടാനടുക്കുമ്പോൾ ശ്വാസത്തിനൊപ്പം വന്നലച്ചത് മദ്യത്തി ന്റെ ഗന്ധമാണോ എന്ന് ഭയപ്പാടോടെ ഒരു നിമിഷം ഞാൻ സ്തബ്ധിച്ച പോയത്, കല്യാണ ദിവസം വൈകുന്നേരത്തെ ടീ പാർട്ടിയിൽ എനിക്ക് കിട്ടിയ ലൈംജ്യൂസിനൊപ്പം അദ്ദേഹത്തിന്റെ ഗ്ലാസ്സിൽ നിറഞ്ഞത് ജിന്നായിരുന്നു എന്ന അറിവ്, പിറ്റേന്നുള്ള ഹണിമൂൺ യാത്രയിൽ ഭക്ഷണത്തിനായി വണ്ടി നിറുത്തിയപ്പോൾ ഇടയ്ക്ക് കാണാതായത്, തിരിച്ചുവന്നപ്പോൾ അപരിചിതമായ ഗന്ധം ഗന്ധിച്ചത്, പിന്നെയങ്ങോ ട്ടുള്ള രാവുകളുടെ പല യാമങ്ങളിലും ഉറക്കം വരാതെ കട്ടിലിൽ കയറി നിന്ന് വെന്റിലേറ്ററിന്റെ പാളികൾ പൊക്കിവച്ച് അഴികളിൽ പിടിച്ച് ദൂരെ റോഡിലെ സ്ട്രീറ്റ് ലൈറ്റിന്റെ വെട്ടത്തിലേക്ക് കണ്ണ്നട്ട് മണിക്കൂറു കളോളം നോക്കി കാത്ത്നിന്നിരുന്നത്, ഡീ അഡിക്ഷൻ സെന്ററിലെ ഇരുമ്പഴികളിലൂടെ പുറത്തേക്ക് കടക്കുമ്പോൾ ബസ്സ് യാത്രക്കാർക്കിട യിലേതെങ്കിലും പരിചിതരുടെ കണ്ണുകൾ എന്നെ തിരിച്ചറിയുന്നുണ്ടോ എന്ന് ഭയന്നിരുന്നത് എല്ലാം എത്ര വേഗത്തിലാണ് മിന്നിമാഞ്ഞത്. എന്തിനാണ് പഴങ്കഥകൾ വലിച്ചിഴയ്ക്കുന്നത്. ഞാനോർത്തു.

"ഇല്ല. മദ്യപിക്കാറില്ല"

അങ്ങനെയാണ് പറഞ്ഞത്.

"ബ്രെയിൻ കണ്ടിട്ട് അങ്ങനെയല്ലല്ലോ തോന്നുന്നത്. അത് മദ്യപാ നികളുടേതുപോലെ ഷ്രിങ്ക് ചെയ്ത് പോയിരിക്കുന്നല്ലോ."

അദ്ദേഹം തുടർന്നു.

"ബ്ലീഡിംഗ് നിന്നിട്ടില്ല. ബ്രെയിൻ ചുരുങ്ങിപ്പോയതിനാൽ സ്കള്ളിനും ബ്രെയിനുമിടയ്ക്കൊരു വാക്വം സ്പേസ് ഫോം ചെയ്തിട്ടുണ്ട്. ഇതുവരെയുള്ള ബ്ലഡ് അവിടെ ഒക്യുപൈ ചെയ്തിരിക്കയാണ്. ഇനിയും ബ്ലീഡിംഗ് തുടർ ന്നാൽ സ്കൾ ഓപ്പൺ ചെയ്യണം"

അതുവരെ ഞാനെടുത്തണിഞ്ഞിരുന്ന മുഖംമൂടി പെട്ടെന്ന്, ഞാൻ പോല്യമറിയാതെ ഊർന്ന് താഴേയ്ക്ക് വീണു. ഞാൻ ചരിത്രം പറഞ്ഞു. സൈക്യാട്രിക് മെഡിസിനകളുടെ ലഹരി മദ്യലഹരിക്ക് വഴിമാറിയ കഥ പറഞ്ഞു. പറഞ്ഞതില്ല്യം എത്രയോ ഏറെയാണ് അദ്ദേഹം പിന്നെ യങ്ങോട്ട് മനസ്സിലാക്കിയത്. എത്ര വേഗമാണ് അദ്ദേഹത്തിനൊരു ദൈവത്തിന്റെ മുഖച്ഛായ സ്വായത്തമായത്. അന്നാണ് ഞാനാദ്യമായി ദൈവത്തിന്റെ മുഖമുള്ള മനുഷ്യനെ കണ്ടത്.

എന്റെ സത്യാന്വേഷണ പരീക്ഷണങ്ങൾ രണ്ടാം ഘട്ടത്തിലേക്ക് കടക്കുകയായിരുന്നു.

ഇനിയും രാത്രി രാത്രി വരണേ

അന്നെനിക്ക് ഇന്നത്തേക്കാൾ ഇരുപത് വർഷത്തെ ജീവിതപരിചയക്കുറവും, മനസ്സിന് ഇന്നത്തേക്കാൾ ഇരുപത് വർഷത്തെ പ്രായാധിക്യവുമുണ്ടായിരുന്നു. എന്നെങ്കിലും ജീവിതം ഇത്ര സുന്ദരമായിത്തീരുമെന്നൊരു പ്രതീക്ഷ പോലുമില്ലാതിരുന്ന കാലം. എന്നിട്ടും കൊച്ച കൊച്ച നിമിഷങ്ങളിൽ വീണുകിട്ടുന്ന സന്തോഷങ്ങളെ വാരിക്കൂട്ടിയെടുത്ത് ചെപ്പിലടച്ച നടന്നൊരു കാലം.

അനുവിനന്ന് രണ്ടോ മൂന്നോ വയസ്സായിരിക്കും പ്രായം. ഞങ്ങളുടെ ഓഫീസറുടെ (അസിസ്റ്റന്റ് ഡവലപ്മെന്റ് കമ്മീഷണർ) മകളാണ്. സാറിന്റെ കുടുംബം എല്ലാ വെക്കേഷനുകളിലും കൊല്ലത്ത് നിന്നും എറണാകുളത്തെ ക്വാർട്ടേഴ്സിലെത്തും. മൂന്ന് മക്കളും ഭാര്യയും. ഇളയ കുട്ടിയാണ് അനു.

ആദ്യമായി അവർ അവധിക്കെത്തിയ വർഷം ഞങ്ങൾ ഓഫീസിൽ നിന്നൊരു യാത്ര പോയി. തട്ടേക്കാട്, ഭൂതത്താൻകെട്ട്. ആ യാത്ര എനിക്കത്ര പുതുമയുള്ളതായിരുന്നില്ല. കോളേജിൽ നിന്നും സ്റ്റഡിട്ടു റിന്റെ ബാനറിൽ പോയ യാത്രയെ മറികടക്കാൻ പോന്ന രസങ്ങൾ മറ്റേതൊരു യാത്രയ്ക്കാണ് നൽകാനാവുക. അതിനു ശേഷവും, മോളുടെ ഒന്നാമത്തെ പിറന്നാളിന്റെ മധുരമിറങ്ങും മുമ്പേ പിറ്റേന്നാൾ വീട്ടിൽ നിന്ന് ഞങ്ങളെല്ലാവരും ചേർന്ന പോയ യാത്രയും തട്ടേക്കാട് തന്നെ. കൂടുമ്പോൾ ഇത്രയേറെയിമ്പം തരുന്ന കൂട്ടായ്മ വേറെയില്ലെന്നാണ് വീട്ടിൽ നിന്നുള്ള ഓരോ യാത്ര കഴിയുമ്പോഴും എനിക്ക് തോന്നാറുള്ളത്. മുഖം മൂടികളൊക്കെ അഴിച്ചു വച്ച് സന്തോഷങ്ങളെയും സങ്കടങ്ങളെയും ഒരുപോലെ കുടഞ്ഞിടാനാവുന്ന ഒരേയൊരിടം.

ഇതിപ്പൊ തട്ടേക്കാടിന് മൂന്നാമത്തെ യാത്രയാണ്. ഓരോ യാത്രയും സമ്മാനിച്ചതാകട്ടെ വെവ്വേറെ കാഴ്ചകളും അനുഭവങ്ങളും.

മൂന്നാം യാത്രയിൽ കളക്ടേറ്റിൽ നിന്നെത്തുന്ന യാത്രാസംഘം എന്ന നിലക്ക് അനുവദിച്ചുകിട്ടിയ അധിക യാത്രാപരിധികളുണ്ടായിരുന്നു. കാടകങ്ങളിലെ കാണാക്കാഴ്ചകളും അത്രവരെയേുള്ള ഓർമ്മകൾക്കും മീതെ അടയാളം വച്ച ചില പാട്ടുവരികളും പച്ചമാറാത്ത ഓർമ്മകളായി.

അന്നെന്റെ നടപ്പൊക്കെയും അനുക്കുട്ടിയുടെ പുറകെയായിരു ന്നു. ആരോടും ഒന്നും മിണ്ടാതെ അമ്മയുടെ തോളിന് മേലെ മുഖ മുയർത്തി ചുറ്റും നോക്കി നിരീക്ഷിച്ചാണ് യാത്ര. ചുറ്റവട്ടത്തുനിന്നും ആളൊഴിഞ്ഞാൽ കണ്ടതും കേട്ടതുമായ കാര്യങ്ങളിൻമേല്ലുള്ള ചോദ്യോത്തരപംക്തിയാണ്. ആൾക്ക് നാട്ടിൽ നിന്നും മാറി ജോലി ചെയ്യുന്ന അച്ഛനെ അത്ര പരിചയം പോര. വിരുന്നുകാരനെപ്പോലെ ഇടയ്ക്ക് വന്നു പോകുന്ന അച്ഛനോട് ചോദിക്കാനായി അമ്മയോട് പറഞ്ഞേൽപ്പിക്കുന്ന കൊച്ചുകൊച്ച ചോദ്യങ്ങളിലെ രസങ്ങളോർത്ത്, എന്തെങ്കിലും വർത്തമാനങ്ങൾ നേരിൽ കേൾക്കാനായെങ്കിലെന്നാ ശിച്ച് ഞാനെപ്പഴും അവരെ ചുറ്റിപ്പറ്റി നടന്നു. ഞങ്ങളാരും കേൾക്കെ ഒന്നും മിണ്ടാതിരിക്കുന്ന വിരുതത്തി എല്ലാരും ഒന്നുചിന്നിത്തെറിച്ചാൽ അമ്മയുടെ ചെവിയിലൊരു പൊട്ടാസ് പൊട്ടിക്കും. സമൃദ്ധമായ കാഴ്ച കളാലും ചിരികളാലും ഭക്ഷണത്തിലെ വൈവിദ്ധ്യങ്ങളാലും യാത്ര പൊടിപൊടിച്ച പിരിയുമ്പോഴും അനുക്കുട്ടിയുടെ ചിണുങ്ങുകിന്നാരങ്ങൾ കേൾക്കാനാവാതെ പോയതിലെ നഷ്ടബോധമായിരുന്നു എനിക്ക്.

വെക്കേഷനകളും വരവ് പോക്കുകളും പലത് കഴിഞ്ഞു. സാറിന് ഓർക്കാപ്പുറത്തൊരു ട്രാൻസ്ഫർ. പദവിയും പത്രാസുമുള്ള പോസ്റ്റിൽ നിന്നും, അത്രയേറെ അധികാരങ്ങളില്ലാത്ത പോസ്റ്റിലേക്ക്, ഒന്നാം നിലയിൽ നിന്ന് അഞ്ചാം നിലയിലേക്ക്. പോകുന്ന പോക്കിൽ സ്വന്തം അധികാരത്തിന്റെ അവസാനത്തെ അടയാളം ചാർത്തി എനിക്കായി മാത്രം ഒരു ട്രാൻസ്ഫർ ഉത്തരവ് കൂടിയിറക്കി. അതേ ഓഫീസിലേക്ക്. മനസ്സില്ലാമനസ്സോടെ പാട്ടപെട്ട് എണീക്കാൻ നോക്കുമ്പൊ കസേര ആറേഴ് വർഷത്തെ കനത്തിൽ വേരുറച്ചപോയിരിക്കുന്നു. ഒരിത്തിരി സാവകാശം എന്നു ചോദിക്കാൻ പോലും സാവകാശം കിട്ടാതെ ഒരാൾ ക്കൂട്ടത്തിൽ നിന്നും ഒറ്റയാൾ പട്ടാളമായി ജോലി ചെയ്യാൻ ഞാനും സാറിനൊപ്പം പുതിയ ഓഫീസിലേക്ക്. നാടിനെ മാലിന്യത്തിൽ നിന്ന് മോചിപ്പിക്കുന്ന യജ്ഞത്തിനുള്ള ഇടക്കമായിരുന്നു. ഞങ്ങൾ അതിമനോഹരമായി പുതിയ ഓഫീസ് സെറ്റ് ചെയ്യെങ്കിലും ഒന്നാം നിലക്കാരതിനെ കക്കൂസാപ്പീസെന്ന് പേരുറപ്പിച്ചു.

അവിടെ ക്ലർക്ക് കം ഡാറ്റ എൻട്രി ഓപ്പറേറ്റർ കം ട്രെയിനിങ് കോഡിനേറ്റർ കം പ്യൂൺ കം സ്വീപ്പർ കം റിക്രൂട്ടിംഗ് ഏജൻസി കം

 കമലവിലാസ് കണ്മഷി

അക്കൗണ്ടന്റ് കം എന്നിങ്ങനെ സകലമാന സംയോജനങ്ങളും ചേർത്ത് ഞാനൊറ്റയ്ക്ക് കട്ടയ്ക്ക് നിൽക്കും കാലം. പൊതുവെ ദൂരെ നിന്ന് ജോലിക്കെത്തുന്നവർക്ക്, ക്വാർട്ടേഴ്സ് നിവാസി എന്ന നിലയിലും തൊട്ടടുത്ത പ്രദേശത്തിന് സ്വദേശി എന്ന നിലയിലും, ഏറ്റവും കൂടുതൽ കാലം സിവിൽസ്റ്റേഷനിൽ ജോലി ചെയ്തയാളെന്ന നിലയിലും, ഡിപ്പാർട്ട്മെ ന്റിനു സ്വന്തമായ മൂന്ന് നിലകളിലായുള്ള മൂന്ന് ഓഫീസിലും ജോലി ചെയ്തിട്ടുള്ള ഏക വ്യക്തി എന്ന നിലയിലും അക്കാലത്ത് അവിടത്തെ 'എന്തിനുമേതിനും മാമച്ചൻ' ഞാനായിരുന്നു.

അങ്ങനെയാണ് ഒറ്റയാൾ പട്ടാളപ്പദവി വഹിക്കുന്ന കാലത്തെ ഒരു വെക്കേഷനിൽ സാറിന്റെ വീട്ടിലെ ഒറ്റ സിലിണ്ടറിലെ ഗ്യാസ് തീർന്നു പോയത് എന്റെ ബാദ്ധ്യതയായയതും ആകെ മൂന്നാളുള്ള വീട്ടിലെ നാല് സിലിണ്ടറിലൊന്ന് ഞാൻ കണ്ണടച്ച് ദാനം ചെയ്തതും. ദാനം വാങ്ങാൻ വന്ന നേരം ഉപേക്ഷിച്ചു പോയ അടയാളത്തിന്റെ ചുവടുപിടിച്ച് നടക്കവേ ഒരു പ്രഭാത സവാരിക്കിടയിലാണ് എന്റെ പുന്നാരപ്ലാവിലെ ചക്കപ്പഴത്തിന്റെ കൊതിയൂറും ഗന്ധം ചെന്ന് അദ്ദേഹത്തിന്റെ മൂക്ക് തുളച്ചുകയറി അടിമപ്പെടുത്തിക്കളഞ്ഞത്.

"വീട്ടിൽ ചക്കയുണ്ടല്ലേ..."

"ഉം..സാറിന് വേണോ? "

സർക്കാരിന്റെ പ്ലാവ്.. സർക്കാരിന്റെ ചക്ക. എന്നാലും താത്ക്കാ ലികാധികാരി ഞാന്തന്നെ. കുഞ്ഞിപ്ലാവിനെ ആദ്യമായി കെട്ടിപ്പിടി ച്ചതും, വേഗം വലുതാവ് പെണ്ണേ എന്നാദ്യമായി ചെവിയിൽ സ്നേഹം പറഞ്ഞതും ഞാന്തന്നെ. അത് കേട്ട് പുളകിതയായി, താങ്ങാനുള്ള ശേഷിയില്ലാഞ്ഞിട്ടും അക്കൊല്ലം തന്നെ കന്നികായ്ച്ച് അപ്പെണ്ണെന്നെ തിരിച്ച് പുളകമണിയിക്കയും ചെയ്തിരുന്നു.

"ഞായറാഴ്ച അവരൊക്കെ പോകും. അതിന് മുമ്പാണെങ്കിൽ മതി."

സാറ് വിനയം ചേർത്തു. ഞാനതിനെ

"ചക്ക വേണം, ഞായറാഴ്ചക്കുള്ളിൽ വേണം"

എന്ന് തർജ്ജമ ചെയ്തു. അങ്ങനെയാണ് ഞങ്ങളന്ന് രാത്രി സ്കൂട്ട റിൽ ചക്കയും കയറ്റി സാറിന്റെ ക്വാർട്ടേഴ്സ് അന്വേഷിച്ചിറങ്ങുന്നത്. പറഞ്ഞുവച്ചതു പോലെ പതിനഞ്ച് മിനിട്ടിനുള്ളിൽ ഞങ്ങളെത്തി. അനു അമ്മയുടെ നിഴലിനുള്ളിലെ നിഴൽ സാന്നിദ്ധ്യമായി അവിടെയുണ്ട്. എന്തൊക്കെ പ്രലോഭനങ്ങളുണ്ടായിട്ടും അരങ്ങത്തേയ്ക്ക് മുഖം തരുന്നില്ല. മൊഴിമുത്തുകൾ പെറുക്കിക്കൂട്ടാമെന്ന ആശയൊക്കെ വെറുതെയായി

എന്ന ബോദ്ധ്യത്തിൽ ചക്ക സമ്മാനിച്ച് യാത്ര പറയാനൊരുങ്ങുമ്പോ ഴേക്കും കഴിക്കാൻ ഭക്ഷണവുമായി അമ്മക്കിളിയെത്തി. പതിനഞ്ച് മിനിട്ടിനുള്ളിൽ ചപ്പാത്തിയും മുട്ടക്കറിയും റെഡിയാക്കി കാത്തിരിക്ക യായിരുന്നു. വീട്ടിലെ അത്താഴം പാഴാകുമെന്ന പറച്ചിലൊന്നും അവിടെ വിലപ്പോയില്ല. സ്നേഹ നിർബന്ധങ്ങളിൽ താനും പങ്കാളിയാണെന്ന പോലെ നിഴലങ്ങോട്ടുമിങ്ങോട്ടുമൊക്കെ നീങ്ങുന്നുണ്ടെന്നതല്ലാതെ മിണ്ടാട്ടമില്ല. ഇനിയും വെക്കേഷനകളിൽ വരൂ എന്നൊക്കെ സ്നേഹം പറഞ്ഞ് പടിയിറങ്ങുമ്പോഴും അമ്മയുടെ മറവിൽ നിഴലാട്ടം മാത്രം. പടിയിറങ്ങി ഞാൻ സ്കൂട്ടറിൽ കയറുമ്പോഴേക്കും എല്ലാ ക്ഷമയും നശിച്ചിട്ടെന്നപോലെ നിഴൽ ഭേദിച്ച് ഓടി മുന്നിലെത്തിയ കുഞ്ഞുരൂപ ത്തിൽ നിന്നൊരു കുഞ്ഞിക്കിളിയുടെ ശബ്ദം വന്നെന്റെ കാതിൽ കുളിർ കോരിയിട്ടു.

"ഇനിയും രാത്രി രാത്രി വരണേ...."

 കമലവിലാസ് കൺമഷി

കടം പറഞ്ഞ സൗഹൃദം

കാലം അങ്ങനെയാണ്. ചില കടങ്ങൾ വീട്ടാൻ നമ്മളെ അനുവദിക്കാതങ്ങ് കടന്നുപോകും. അങ്ങനെ വീട്ടാതെ പോയൊരു കടത്തിന്റെ വിങ്ങലാണ് പറഞ്ഞു തീർക്കുന്നത്. 2019 ൽ റിട്ടയർമെന്റോടെ എല്ലാ ഒഫീഷ്യൽ ഗ്രൂപ്പുകളിൽ നിന്നും പടിയിറങ്ങി. ആദ്യത്തെ ഒരാഴ്ച ഗംഭീരമായിരുന്നു. അലസതയുടെ ആഹ്ലാദം.

പിന്നെയും രസങ്ങളായിരുന്നു. പ്രിയ കൂട്ടുകാരി കൂടെ കൂട്ടാൻ വേണ്ടി മാത്രം ഒരു മാസത്തേക്ക് നീട്ടി വച്ച ഒരു ഔദ്യോഗിക യാത്ര. ഊട്ടിയി ലേയ്ക്കാണ്. അയ്യും പൂപ്പാടങ്ങൾ കാണാനായിത്തന്നെ. കൂട്ടിന് കൂട്ടാൻ തീരുമാനിച്ചിരുന്നത് 34 കൊല്ലം മുമ്പ് ഒന്നിച്ച് പോയ സ്റ്റഡി ടൂറിന്റെ കതിരുപോല്യുള്ള ഓർമ്മകളെ.

കൂട്ടുകാരി ഒരു ഇന്റർനാഷണൽ കമ്പനിയുടെ സി.ഇ.ഓ. കമ്പനി കാറ്, കമ്പനി ഡ്രൈവർ, കമ്പനി പെട്രോൾ. വെറുതെ വാചകമടിച്ച് കൂടെയിരുന്ന് കൊടുത്താൽ മാത്രം മതി. അഞ്ചു പൈസയുടെ ചിലവില്ല. മുന്തിയ കാറ് വീട്ടിൽ വന്ന് കൊണ്ടോവും തിരികെയെത്തിക്കും. കാണേ ണ്ടിയിരുന്ന കാഴ്ചകൾ പൂക്കൃഷിയായിരുന്നു. കണ്ണെത്താദൂരം വിവിധയിനം പൂച്ചെടികൾ. പലയും അതിനുമുമ്പും അതിനുശേഷവും കണ്ടിട്ടില്ലാത്തവ. ക്യാബേജിന്റെ ഓർണമെന്റൽ വെറൈറ്റിയൊക്കെ കണ്ണിനെ മയക്കി വീഴ്ത്തുന്നവ. കോളേജ് കഥകൾ പറഞ്ഞും ചിരിച്ചും പണ്ട് മനസ്സിൽ ആരവമുയർത്തിയ പലപല ഫ്രെയിമുകൾ ഓർത്തെടുത്തും കോളേജ് കുമാരികളെപ്പോലെ ഞങ്ങൾ നീലഗിരിക്കുന്നുകൾ കയറിയിറങ്ങി. കളിരും പുതച്ച് ആ വിഥികളില്ലൂടെ അലഞ്ഞു.

പിന്നെയും രസങ്ങളായിരുന്നു. യാത്രയുടെ രസങ്ങൾ. റിട്ടയർമെന്റിന് കാത്തിരുന്നൊരു സിക്കിം ഡാർജിലിംഗ് യാത്ര. ഭർത്താവിന്റെ സൗഹൃദ ഗ്രൂപ്പ്. സ്വപ്ന തുല്യമായ കാഴ്ചകൾ. ആഹ്ലാദത്തിന്റെ തിരതല്ലലുകൾ. ആ

യാത്രയോടെ റിട്ടയർമെന്റിന്റെ ആഹ്ലാദം ഏതാണ്ടൊന്നടങ്ങി.

കടുത്ത വിരസത. എന്ത് ചെയ്യണമെന്നറിയാത്ത അവസ്ഥ. സമയ മുണ്ട് ഒന്നും ചെയ്യാനില്ല. കൃഷിയിലേക്ക് അരയും തലയും മുറുക്കിയിറങ്ങി. പൂകൃഷി, പച്ചക്കറി കൃഷി, മണ്ണിൽ കൃഷി, വെള്ളത്തിൽ കൃഷി, മനം മയക്കും സുന്ദരി മീനകൾ. കൃഷിയോട് കൃഷി. ആറ് സെന്റിലൊരു വീട്. അതിലെ കൃഷി വിശേഷങ്ങൾ കേട്ട് ആരാണ്ടൊക്കെയത് കാണാൻ വന്നു.

കൃഷി ഓഫീസർ വിളിക്കുന്നു.

" മായ ചേച്ചിയല്ലേ... ഞാനിവിടത്തെ കൃഷി ഓഫീസറാണ്. അവിടെ ചീര ചേമ്പുണ്ടെന്ന് കേട്ടു. ഒരു പ്രദർശനത്തിന് കൊണ്ടുപോകാൻ ഒന്ന തരാമോ"

അതുകൊള്ളാല്ലോ ഞാനിത്ര വേഗം കർഷകസ്ത്രീയായോന്ന് ഞാനെന്നെ ഒന്നൂടെ നോക്കി. തീർന്നില്ല.

"അവിടെ കരിമഞ്ഞളുണ്ടല്ലേ..."

" അവിടെ സ്ട്രോബെറിയുണ്ടായോ..."

"അവിടെ ഡ്രാഗൺ ഫ്രൂട്ടുണ്ടല്ലേ"

" ആ കുറെ ഓർക്കിഡ്സ് ഉള്ള വീടാണോ"

എന്നൊക്കെ തിരിച്ചും മറിച്ചും പലരും ചോദിക്കാൻ ഇടങ്ങി.

കുറ്റിയമര, കുറ്റി വാളങ്ങ, ചായ മൻസ, പച്ചച്ചീര, ചോന്ന ചീര, സുന്ദരിച്ചീര, കൊത്തമര, വെണ്ടക്ക, വഴുതിന, വിവിധയിനം പച്ചമുളക്, പാഷൻ ഫ്രൂട്ട്, കിലോ പേര, എന്ന് വേണ്ട സകല പച്ചക്കറികളും ഭ്രാന്ത് പിടിച്ച പോലെ കായ്ച്ച് എന്റെ സ്റ്റാറ്റസിൽ കയറിയിറങ്ങിച്ചിരിച്ച നിന്നു. തുരുത്തിക്കര സയൻസ് സെന്ററിൽ നിന്ന് എന്റെ ബയോബിന്നിന്റെ പ്രവർത്തനം വീഡിയോ പിടിക്കാനൊരു സംഘം വരുന്നു.അങ്ങനെ ഒരു പണിയുമില്ലാതെ ഞാണ്ണുല്ലും തോണ്ടിയിരുന്ന ഞാനൊരു സംഭ വമാകുന്നു. സ്കൾ ഉപജില്ലാ കലോൽസവം ഹരിത പ്രോട്ടോക്കോൾ പാലിച്ച് നടപ്പിലാക്കിയതിന്റെ വല്യേ വാർത്തയിലെന്റെ പടം പത്ര ത്തിൽ വരുന്നു. മഴമാപിനിയിൽ മഴയളക്കുന്ന പടം പിന്നേം പത്രത്തില്. ആരുണ്ടിവിടെ മഴയളക്കാൻ എന്നൊരു ചോദ്യം കേട്ട് ഒരു പണീല്ലാ ത്തയീകാലത്ത് ഒരു പണിയായിക്കൊട്ടെന്ന് കരുതി വെറുതേയൊരു കൈയൊന്ന പൊക്കി നോക്കീതായിരുന്ന ഞാൻ.

അങ്ങനെ അരങ്ങ് തകർത്ത് വാഴുന്ന കാലത്താണ് അവരെന്നെ തിരഞ്ഞു പിടിച്ചൊരു പെൻഷൻ ഗ്രൂപ്പിൽ കെട്ടിയിടാൻ നോക്കിയത്.

ഗ്രാമ വികസന വകുപ്പിലെ പെൻഷനേഴ്സ്. ഞാനങ്ങോട്ടമിങ്ങോട്ട മൊക്കെ തിരിഞ്ഞ് നോക്കി. കുറേ വൃദ്ധരിരുന്ന് എന്തൊക്കെയോ വാർദ്ധ ക്യം പറയുന്നു. പടിയിറക്കത്തോടെ ഞാൻപേക്ഷിച്ച പോന്ന സർക്കാർ ഉത്തരവുകൾ വായിക്കുന്നു. ഇരുന്നകാലത്തൊക്കെ നല്ലോണം വായിച്ച തുകൊണ്ട് ഇനിയതൊന്നും വായിക്കാനെനിക്കിഷ്ടം തോന്നീല്ല. അവർ ഡി. എ. കുടിശ്ശികയെക്കുറിച്ചും ശമ്പളപരിഷ്കരണത്തെക്കുറിച്ചും തന്നെ പറയുന്നു. എനിക്ക് മടുപ്പ്. ഒന്ന് രണ്ട് വട്ടം കണ്ണെത്തിച്ച് നോക്കീ ഞാൻ. അധികവും വല്യേ വല്യേ ആപ്പീസർമാർ. ഏതൊക്കെയോ ജില്ലയിൽ ഇരുന്നോർ. തരക്കാരോടേ കളിയൊള്ളൂന്നോർത്ത് ചാടാനൊരു തക്കം പാത്ത് ഞാൻ പതുങ്ങിയിരുന്നു.

അങ്ങനെയിരിക്കെ ഒരാള് വന്നെന്റെ പേഴ്സണൽ മെസ്സഞ്ചറിൽ ഗുഡ് മോണിംഗ്. ആയ്ക്കോട്ടെന്ന് ഞാനും ഗുഡ് മോണിങ്ങ്. പേര്, ജില്ല, പദവി ചോദ്യോത്തരം കഴിഞ്ഞു. എനിക്കങ്ങേരുടെ പദവിയത്ര ഇണങ്ങീല്ല. ജില്ലാതല ആപ്പീസറ്. വടക്കേതോ ജില്ല. എനിക്കിത്രേം ഭാരമൊന്നും വയ്യേ.. നും പുതിയ കൂട്ടൊന്നും എടുക്കൂല്ലെന്നും ഞാനിപ്പ ചാട്ടുന്നും ശപഥം ചെയ്ത് നിക്കണ കാലോം. പിറ്റേന്നും ഗുഡ് മോണിംഗ്. പൊല്ലാപ്പായല്ലോന്ന് ഞാൻ എന്നോട്ടതന്നെയും ഗുഡ് മോണിംഗ് എന്ന് അങ്ങേരോട്ടും. പിറ്റേന്നും അങ്ങേര്. കണ്ടിട്ടേയില്ലെന്ന് ഞാൻ. പിന്നേം പിന്നേം അതേ നിരക്കില് മുന്നേറ്റം. അധികപ്പറ്റായി ഗുഡ് നൈറ്റും. എന്നാലൊന്ന് കാണട്ടേന്ന് കരുതി ഗൗനിക്കാതെ ഞാൻ. എന്റെ സ്റ്റാറ്റസിൽ പ്രലോഭിതനാവേണ്ടെന്നൊരു മുൻകരുതലിൽ പേര് ഞാൻ സേവ് ചെയ്തില്ല.

എന്തിനാണ് അദ്ദേഹത്തോട് ഞാനാ വാശി കാണിച്ചതെന്നെനി ക്കിപ്പഴും അറിയില്ല. ഇത്തരം ഔപചാരികതകളിൽ മടി കാണിക്കാ റുണ്ടെങ്കിലും വാശി കാണിക്കാറില്ല. അഞ്ചിനൊന്ന് എന്ന റേഷ്യോ ഒക്കെ നിലനിർത്തി എല്ലാരേം കാത്തുസൂക്ഷിക്കാറുണ്ട് ഞാനെപ്പഴും. അതൊരിക്കലും ഇഷ്ടക്കേടല്ല, മടിയാണ്. ഇതെനിക്കൊരു വാശിയായി. എന്തിനാണിങ്ങനെ എന്നൊരു വാശി. മാസങ്ങൾ ഒന്നരണ്ട് കഴിഞ്ഞു. ഒരു ദിവസം പോലും മുടങ്ങാതെ വന്ദനങ്ങൾ വന്നുകൊണ്ടേയിരുന്നു. എന്തുകൊണ്ട് ഞാൻ എന്നൊരു ചോദ്യത്തിൽ വട്ടം തിരിഞ്ഞ് നിന്ന് ഞാൻ മൗനിയായി തുടർന്നു.

അവസാനം അദ്ദേഹം തോറ്റ പിൻവാങ്ങി. അന്ന് ഗുഡ് മോണിംഗ് വന്നില്ല. ഗുഡ് നൈറ്റും വന്നില്ല. പിറ്റേന്നും വന്നില്ല. അതിന്റെ പിറ്റേന്നും വന്നില്ല. ഈ കളിയിൽ ഞാൻ അനായാസം അദ്ദേഹത്തെ

തോൽപ്പിച്ചിരിക്കുന്നു. ഗ്രൂപ്പിലും അദ്ദേഹത്തിന്റെ സാന്നിദ്ധ്യമില്ല. തോൽവിയുടെ ജാള്യമാകും. എന്തിന്.. അല്ലെങ്കിലും എത്രനാൾ.. അടുത്ത ഒരു അടിപിടി വരുന്ന നേരത്ത് (അത് സ്ഥിരം പതിവ്) ഞാനെ ന്തായാലും പുറത്തേക്ക് ചാടും. അതോടെ അദ്ദേഹത്തിന് ഇതൊക്കെ വിട്ടവിടെ ലൈവാകാം. മൂന്ന് ദിവസം കഴിഞ്ഞിരിക്കുന്നു. രക്ഷപ്പെട്ടു. എനിക്കദ്ദേഹത്തെ അറിയില്ല. അദ്ദേഹത്തെ അറിയുന്ന ആരെയും അറിയില്ല. പിന്നെന്തിന്. ഒരു കുറ്റബോധത്തിന്റെയും ആവശ്യമില്ല. കൂട്ടുകൂടാൻ ഒരാളുടെ താത്പര്യം മാത്രം പോരല്ലോ. വേറെത്ര ഓഫീസ രമാരുണ്ടീ ഗ്രൂപ്പിൽ. അവരോട് ആരോടെങ്കിലും കൂടട്ടെ. എന്തായാലും സമാധാനം. തീർന്നല്ലോ. അല്ലെങ്കിലും ഞാനിവിടെ തുടരാൻ പോണില്ല. എന്നിങ്ങനെ ഞാനെന്നെ ആകാവുന്നത്ര ന്യായീകരിച്ചു.

കോവിഡിന്റെ മൂർദ്ധന്യം. പുറത്തേക്ക് പോകേണ്ടതില്ല. വേറെ വലിയ ജോലികളൊന്നുമില്ല. വാട്സപ്പ് തന്നെ ശരണം. രാവിലെ സൗഹൃദപ്പെട്ടി തുറന്നു. ഇഷ്ടയിടങ്ങളൊക്കെ പരതി. എല്ലാ ഗ്രൂപ്പും പരതീട്ടൊടുവിലാണ് പെൻഷൻകാർ എന്ത് ഉത്തരവാണിന്ന് ചർച്ചി ക്കുന്നതെന്ന് നോക്കാൻ കയറിയത്.

ആദ്യം കണ്ടതൊരു മരണ അറിയിപ്പായിരുന്നു. അതേ പേര്. അതേ ഫോട്ടോ. അത് വായിച്ചപ്പം ഏത് പാതാളത്തിലേക്കൊളിക്ക ണമെന്നറിയാതെ ഞാൻ മരവിച്ചിരുന്നുപോയി. കോവിഡായിരുന്നു. ആദ്യമായിട്ടായിരുന്നു ഞാനറിയുന്ന ഒരാൾ കോവിഡിനാൽ. മൂന്ന് ദിവസം മുമ്പാണ് ആശുപത്രിയിലാക്കിയതെന്ന്. ഞാനാ പേഴ്സണൽ ചാറ്റിലേക്കോടിപ്പോയി. ആശുപത്രിയിലേക്ക് പോകുന്നതിന് തൊട്ട മുമ്പും ഒരു ശുഭരാത്രി നേർന്നുകൊണ്ടായിരുന്നിരിക്കണം ആ യാത്ര. മരണത്തിനപ്പുറം കണ്ടുമുട്ടാനൊരിടമുണ്ടെങ്കിൽ.... അന്നെങ്കിലും ആ കടമെനിക്ക് വീട്ടാനായിരുന്നെങ്കിൽ..

ഹോട്ട് ലൈനും ഞാനും പിന്നെ ദൂരദർശനും

ഏത് ജോലി ചെയ്യാനായിരുന്നു ഏറ്റവും ഇഷ്ടം എന്ന് ഞാൻ ഇടയ്ക്കിടെ എന്നോട് ചോദിക്കും. ഇടയ്ക്കിടെ ചോദിക്കണതെ ന്തിനാണെന്ന് വച്ചാൽ അതൊരു പരിശോധനയാണ്. ഇപ്പോഴും അവി ടെത്തന്നെയാണോ നിൽപ്പെന്നറിയാനുള്ളൊരു ഹിതപരിശോധന. ഇതുവരെ മാറ്റമില്ലെന്നുറപ്പിച്ച് ഞാൻ തന്നെ എന്നോട് പറയും എനിക്ക് ആകാശവാണിയിൽ അനൗൺസറാകണമായിരുന്നു. എന്നിട്ടതിനായി എന്തെങ്കിലും ചെയ്യോ എന്ന് ചോദിച്ചാൽ ഒന്നും ചെയ്യില്ല. ആകാശ വാണിയുടെ തൊട്ടടുത്ത് താമസിക്കുമ്പോഴും പരസ്യങ്ങൾ പലകുറി കണ്ടിട്ടും കേട്ടിട്ടും ഞാനനങ്ങിക്കൊട്ടത്തില്ല. പകരം അതിലൂടൊഴുകിയെ ത്തുന്ന ശബ്ദങ്ങളുടെ ആരാധികയായങ്ങനെ കാലം കഴിച്ചു. ഓഫീസിൽ നിന്നുള്ള അറിയിപ്പുകൾ കൊടുക്കാനുള്ള പ്രത്യേക ദൂത് പോകാൻ ഞാൻ കത്തുകൾ ചോദിച്ച വാങ്ങി. അതിനുള്ളിലെ മുറികളിലെത്തി നോക്കി സായുജ്യമടഞ്ഞു. സ്റ്റേഷൻ ഡയറക്ടർ ഡി. പരമേശ്വരൻ പോറ്റിയുടെ പേര് കണ്ട് ആരാധനയോടെ നോക്കി നിന്നു. പിന്നെപ്പിന്നെ സെക്യൂ റിറ്റി തന്നെ കത്ത് വാങ്ങി വയ്ക്കുന്ന ഏർപ്പാട് തുടങ്ങിയപ്പൊ ഞാൻ ആ ദൂത്പോക്ക് സ്വയം ഉപേക്ഷിച്ചു.

വേറെയും ചിലത് ഞാനാ വിഷയത്തിൽ ആരുമറിയാതെ ചെയ്തു പോന്നു. ആകാശവാണിയിലായിരുന്നെങ്കിൽ ഞാൻ ശ്രോതാക്കളെ കേൾപ്പിക്കുമായിരുന്ന പാട്ടുകൾ കൊണ്ട് രാഗമാലിക തീർത്ത് സ്വപ്ന ലോകത്ത് ഒറ്റയ്ക്ക് ചുറ്റി സഞ്ചരിക്കും. അങ്ങനെയുള്ള കാലത്തെ ഒരു ഞായറാഴ്ച ഉച്ച നേരത്ത്, ഞാൻ ക്വാർട്ടേഴ്സിലെ സിറ്റൗട്ടിലെ ചാര കസേരയിൽ നീണ്ട് കിടന്ന് രാഗമാലിക കോർക്കും നേരം.(ഭർത്താവിന് ഞായറാഴ്ച ഡ്യൂട്ടിയുണ്ട്. അന്നത്തെ രാജപദവി എനിക്ക് സ്വന്തമാണ്)

തൊട്ടടുത്തിരിക്കുന്ന ഫോൺ റിങ്ങ് ചെയ്യുന്നു.

"ഹലോ..." എന്റെ കിളിനാദം

"ആകാശവാണിയല്ലേ.." മറുപുറത്തെ കിളിനാദം.

"അതെ... പറയൂ.. ആരാണ് സംസാരിക്കുന്നത്.." ഇങ്ങേക്കിളിയുടെ നാദത്തിൽ തേനിറ്റി.

അങ്ങേക്കിളി പേര് പറഞ്ഞു. "എനിക്കൊരു പാട്ട് വേണമായിരുന്നു." കിളി കൂട്ടിച്ചേർത്തു.

"ഏത് പാട്ടാണ് കിളിക്കുഞ്ഞിന് വേണ്ടത്"

ഇങ്ങേക്കിളി തേനിൽ അധികമധുരം ചേർത്തു.

"മാഡത്തിന്റെ പേരെന്താണ്."

അങ്ങേക്കിളി മറുചോദ്യം ചോദിച്ചു.

തെന്നലിന്റെയോ ഗിരിജയുടെയോ പേര് പറയാൻ ധൈര്യം വരാ ഞ്ഞതിനാൽ ഇങ്ങേക്കിളി മൊഴിഞ്ഞു.

"ലൗലി"

അതാകുമ്പോൾ ഇതിലപ്പുറം മധുരവും വാചാലതയും വേണ്ട.

അങ്ങേക്കിളി പാട്ട് പറഞ്ഞപ്പോഴേക്കും എന്റെ കുസൃതി വറ്റി. ഞാൻ കാര്യം പറഞ്ഞു. ഒന്നൂടെ ശ്രദ്ധിച്ച് ഡയൽ ചെയ്യ്തോള കിളിക്കുഞ്ഞേ... ലൗലി തന്നെയെടുത്തോളം. ഇതൊരു സ്ഥിരം പതിവാണിവിടെ ഈ റോംഗ് നമ്പർ. ഞങ്ങൾ ഇരുതലയ്ക്കലായി ചിരിച്ചു. അങ്ങേക്കിളി ജാള്യ ത്തോടെയും ഇങ്ങേക്കിളി ക്ഷമാപണത്തോടെയും. കെ. എസ്. ഇ. ബി. യല്ലേ എന്നും കുസുമഗിരിയല്ലേ എന്നും ഓഫീസിലേക്ക് വരുന്ന ചോദ്യ ങ്ങളും സരസഭാഷണങ്ങളും കേട്ട് എന്റെ സ്വപ്നത്തിലേക്ക് ഞാനൊന്ന് ട്രയലടിച്ച് നോക്കിയതായിരുന്നു.

ആകാശവാണി സ്വപ്നം മാത്രമായി അവശേഷിച്ചു. കിട്ടിയ ജോലിയിലെ സന്തോഷങ്ങളെ ഓർക്കുമ്പോൾ ഇരുന്ന സീറ്റെല്ലാം ആസ്വാദ്യകരമായിരുന്നല്ലോ എന്നോർക്കും. എങ്കിലും നഷ്ടബോധ ത്തോടെ ഇപ്പഴും പുറകേ വന്ന് വിളിക്കുന്നത് ഇലക്ഷൻ കാലമാണ്. ഇലക്ഷൻ ഡിക്ലയർ ചെയ്യും മുമ്പേ തുടങ്ങുന്ന ഒരുക്കങ്ങൾ. ഓഫീസിലെ എല്ലാവരും ഒരുപോലെ, എണ്ണയിട്ട യന്ത്രം പോലെ തിരിയുന്ന കാലം. സീല്യകൾ തപ്പിയെടുക്കുന്നു. വിവിധ വലിപ്പത്തിലുള്ള കവറുകൾ സീല് ചെയ്ത് വയ്ക്കുന്നു. പോസ്റ്റൽ ബാലറ്റിനുള്ള നിർദ്ദേശങ്ങളും ഡിക്ലറേഷനും മടക്കി കെട്ടുകെട്ടുന്നു. ഇലക്ഷൻ ക്ലാസ്സുകൾ സംഘടിപ്പിക്കുന്നു. മെഷീൻ

സെറ്റിംഗ് ട്രെയിനിംഗ് കൊടുക്കുന്നു.

ബാലറ്റെത്തിയാൽ ആദ്യം പോസ്റ്റൽ ബാലറ്റ് അയയ്ക്കുന്ന ജോലിയാണ്. മേശകൾ ചേർത്തിട്ട് ഓഫീസിലെ എല്ലാവരും അതിന ചുറ്റം അണ്ഡാകൃതിയിൽ ജാഗ്രുകരായി നിലയുറപ്പിക്കുന്നു. ഒരാൾ അപേക്ഷകൾ രജിസ്റ്റർ ചെയ്യുന്നു. ഒരാൾ ബൂത്ത് നമ്പറും സീരിയൽ നമ്പറും പേരും വായിക്കുന്നു. ഒരാൾ അതിൻപ്രകാരമുള്ള വോട്ടേഴ് ലിസ്റ്റെടെത്ത് കൊടുക്കുന്നു. അടുത്തയാൾ ക്രമ നമ്പർ നോക്കി കണ്ടെട്ടുത്ത് അതിസൂക്ഷ്മം വായിച്ച് അത് മാർക്ക് ചെയ്യുന്നു. മറ്റൊരാൾ ബാലറ്റ് മടക്കി കവറിലാക്കി നമ്പറിട്ട് ചെറുകവറിലാക്കുന്നു. അടുത്ത യാൾ ഡിക്ലറേഷനും നിർദ്ദേശങ്ങളും സഹിതമത് വലിയ കവറിലാക്കി പുറത്ത് തിയതിയും സമയവും രേഖപ്പെടുത്തുന്നു. അടുത്തയാൾ എല്ലാം ചേർത്തുവച്ച് വൻകവറിലേയ്ക്. പിന്നയുമങ്ങനെ പോകുന്നു. അഡ്രസ്സെ ഴുതല്. ഡെസ്പാച്ച് രജിസ്റ്ററിൽ കേറ്റല്. അണ്ടർ സർട്ടിഫിക്കറ്റ് ഓഫ് പോസ്റ്റിംഗിൽ പിറ്റേന്നത്തെ തപാലിൽ അയയ്ക്കല്. അവസാന ദിന ങ്ങളുടെ അവസാനസമയത്ത് അന്നന്നത്തെ തപാലിൽ നഗരത്തിലെ പോസ്റ്റോഫീസിൽ നിന്നും അയയ്ക്കല്.

നിന്ന് നിന്ന് ക്ഷീണിച്ച് നട്ടവൊടിയും, കൃത്യമായ ഓഫീസ് ടൈമില്ല. ഇരുട്ടും മുമ്പ് വീട്ടിലെത്താമെന്ന പ്രതീക്ഷയില്ല, അവധിയില്ല എങ്കിലും കൂട്ടായ്മയുടെ രസം പകരുന്ന ജോലി. കൊച്ച കൊച്ച തമാശകൾ. ഓരോ തവണയും കഴിഞ്ഞ തവണത്തെ അബദ്ധങ്ങളുടെ, മറികടക്കല്യകളുടെ, അതി സാഹസങ്ങളുടെ വീരഗാഥകൾ, ചെറു പരദൂഷണങ്ങൾ. കല്യാ ണമേളം പോലൊര മേളം. പെട്ടിയൊരുക്കൽ, ഒതുക്കൽ, ചേർക്കൽ, ചമക്കൽ, സീലിംഗ്. ജാഗ്രതയുടെ അങ്ങേയറ്റത്തെ ജാഗ്രത. ഡ്യൂട്ടി ഒഴിവാക്കൽ ശുപാർശകൾ. രസങ്ങൾ. വോട്ടിങ്ങിന്റെ തലേന്നത്തെ ഡിസ്ട്രിബ്യൂഷൻ. വോട്ടിംഗ് കഴിഞ്ഞ്, വൈകുന്നേരത്തെ റിസീവിംഗ്. പാതിരാമടക്കത്തിന് മുമ്പുള്ള പൊരോട്ടയും മുട്ടക്കറിയും. ഉഷാറും ക്ഷീണവും സംതൃപ്തിയും ചേർന്നൊര സമ്പൂർണ ജോലി.

ഉടനെ വരുന്നു. കൗണ്ടിംഗ് ജോലി. എനിക്കായി പതിച്ചകിട്ടിയ ടാബുലേഷൻ ജോലി. ഫോമുകൾ കംപ്യൂട്ടറൈസ് ചെയ്യ് ഇക്വേഷൻ സെറ്റ് ചെയ്യുള്ള മുന്നൊരുക്കങ്ങൾ. കൗണ്ടിംഗിന് കംപ്യൂട്ടറിന് പുറകിൽ വിയർത്ത് കാത്തുനിൽക്കുന്ന സ്ഥാനാർത്ഥിയ്ക്ക് ഭാവി എം.എൽ.എ യ്ക്, മന്ത്രിക്ക് ചൂടുള്ള റിസൾട്ട് കൊടുക്കൽ. ഇത്രത്തോളം ഹരം പകരുന്ന ജോലിയെതാണുള്ളത്. എന്നിട്ടും ഇതിലൊക്കെ ഭാഗഭാ ക്കാകാനുള്ള അവസരം വേണ്ടെന്ന് വച്ചെത്തുന്ന വ്യാജ മെഡിക്കൽ

സർട്ടിഫിക്കറ്റകാലും അപേക്ഷകരും ഏറെയുണ്ടാകും.

ഇത്രയും പറഞ്ഞിട്ടും കഥയിലേക്കെത്തിയില്ല. 1997 ലെ എറണാകുളം ബൈ ഇലക്ഷനാണ്. സർക്കാർ സർവ്വീസിൽ കയറിയിട്ട് വരുന്ന ആദ്യ ഇലക്ഷൻ. അന്ന് തൊട്ട് 2016 ലെ നിയമസഭാ ഇലക്ഷൻ വരെ എല്ലാ ഇലക്ഷന്റെയും ഭാഗമായിട്ടുണ്ടെങ്കിലും ആദ്യാനുഭവം മായാതെ നിൽക്കുന്നു. കളക്ടറേറ്റിലെ അസിസ്റ്റന്റ് ഡവലപ്മെന്റ് കമ്മീഷണറുടെ ഓഫീസിൽ ജോലിക്ക് കയറിയിട്ട് അധികനാളായിട്ടില്ല. ഇലക്ഷൻ വിങ്ങിന്റെ തൊട്ടടുത്താണ് ഓഫീസ്. അവർ റവന്യൂ വകുപ്പിന്റെ കീഴിൽ. ഞങ്ങൾ ഗ്രാമ വികസന വകുപ്പിൻ കീഴിലും. എങ്കിലും സഹവാസം കൊണ്ട് ഞങ്ങൾ തമ്മിൽ കടുത്ത അടുപ്പത്തിലായിരുന്ന കാലം. ഞാൻ പുതുക്കക്കാരി. കാണുന്ന ആരോടും ചിരിക്കുമെന്നതിലപ്പുറം ആരുമായും അടുപ്പമായിട്ടില്ല. ഓഫീസിന് ഏറ്റവും അടുത്ത് വീടുള്ള ആൾ എന്നൊരു പ്രത്യേകതയുണ്ട്.

ഇലക്ഷൻ കാലത്ത് വീടിന് തൊട്ടടുത്ത ബൂത്തിലെത്തുന്ന ജീവന ക്കാർക്കും പാർട്ടി പ്രവർത്തകർക്കും കേറിയിറങ്ങി ഭക്ഷണം കഴിക്കുന്ന തിനുള്ള ഒരുക്കം നടത്തുന്ന ഒരു അടുക്കളത്തൊഴിലാളി എന്നതിലപ്പുറം ഇലക്ഷൻ നടത്തിപ്പുമായി ബന്ധപ്പെട്ട യാതൊരറിവും അതുവരെയില്ല.

എറണാകുളം ബൈ ഇലക്ഷൻ ഡിക്ലയർ ചെയ്തു. സെബാസ്റ്റ്യൻ പോളിന്റെ കന്നിയങ്കം. ഇലക്ഷൻ വിഭാഗത്തിലെ ചെറുപ്പക്കാരൻ ക്ലർക്ക് ഇടയ്ക്കിടെ വളരെ വേഗത്തിൽ ഓടി ഞങ്ങളുടെ ഓഫീസിലേ ത്തും. സൂപ്രണ്ടിനോട് എന്തൊക്കെയോ പറയും വളരെ വേഗത്തിൽ തിരിച്ചോട്ടം. ഓഫീസിലെ എന്റെ സീനിയർമാർ ചിരിക്കും. ശേഷൻ വന്നു, പോയി എന്നൊക്കെ അവരുടെ ചിരിയോട് ചേർന്ന് ചില വാക്കുകളും വരും. കാലാന്തരേ അവരുടെ ചിരിയുടെ രസം എനിക്കും പകർന്ന് കിട്ടി. ഓരോ ഇലക്ഷൻ കാലത്തും ആളുടെ നടപ്പും ഭാവവും സംസാരവും മാറും. ആള് സ്വയം ടി.എൻ.ശേഷനിലേക്ക് പരകായപ്ര വേശനം നടത്തുന്നു എന്നാണ് ചിരിയുടെ വ്യംഗ്യം. അങ്ങനെയദ്ദേഹം പലകുറി ഓഫീസിൽ കയറിയിറങ്ങി പല വർത്തമാനങ്ങളും പറഞ്ഞു, പല കടലാസുകളും സൂപ്രണ്ടിന് കൈമാറി. ഒരു ദിവസം അതിലൊരു കടലാസ് സൂപ്രണ്ട് എനിക്ക് തന്നു. വേറെയാർക്കുമൊട്ട് കൊടുത്ത തുമില്ല. കൗണ്ടിംഗ് ഡ്യൂട്ടിയാണ്. ഏഴ് മണിക്ക് കളക്ടറേറ്റിൽ എത്തി ജോലി ചെയ്യാൻ സമ്മതമുള്ള മറ്റാരുമില്ലായിരുന്നു എന്റെ ഓഫീസിൽ. പുതിയ ആളെന്ന നിലയ്ക്ക് എന്റെ സമ്മതത്തിനാരും കാത്ത് നിന്നില്ല. എനിക്കാകെ വിഷമമായി. ഞങ്ങൾ ആറ് ക്ലർക്കമാരാണ് ആകെ.

അവരാരുമില്ല കൂടെ. ഞാനൊറ്റയ്ക്ക്. എനിക്കൊരു ധാരണയുമില്ല, ഒന്നി നെക്കുറിച്ചും. ആരെയും പരിചയവുമില്ല. ഇത് വലിയ ചതിയായിപ്പോയി എന്ന് പറയാൻ ധൈര്യവുമില്ല. ഞങ്ങളുടെ ഓഫീസർക്ക് എറണാകുളം മണ്ഡലത്തിന്റെ ചുമതലയൊന്നുമില്ല. എന്നിട്ടും ഇതെങ്ങനെ സംഭവിച്ച എന്നെനിക്ക് മനസ്സിലായില്ല.

കോൺഫറൻസ് ഹാളിലെ ഹോട്ട് ലൈൻ ഡ്യൂട്ടിയാണ്. ഒന്നും പേടിക്കാനില്ല, സിംപിളാണ് എന്ന് സൂപ്രണ്ട് ഇഗ്നേഷ്യസ് സാറ് ഉത്സാ ഹത്തോടെ പറഞ്ഞു. സാറിന് അച്ഛനെ അറിയാം. സാറിന്റെ ഭാര്യ ആനി ടീച്ചർക്ക് അനിയനെയും. അതിന്റെയെല്ലാം പരിഗണനയിൽ ഒരു കരുതൽ സാറിന് എന്നോടില്ലാതില്ല. ആദ്യമായാണ് ഒരു പുതുക്കക്കാ രിയെ ജില്ലാ ഓഫീസിൽ വയ്ക്കുന്നത്. സാറിന്റെ തൊട്ടടുത്ത സീറ്റും തന്നു. സാറിന്റെ വിശേഷം പറച്ചിലുകൾക്കൊക്കെ തത്സമയം ഉചിതമായ പ്രോത്സാഹനം കൊടുക്കാനാണ് എന്നെ അവിടെ സ്ഥാപിച്ചിരിക്കുന്ന തെന്നും അത് വളരെ കൃത്യമായി നിർവ്വഹിച്ച കൊള്ളണമെന്നും എന്നെ പണിപഠിപ്പിക്കാനുള്ള ചുമതലയേറ്റ സാറ് പറഞ്ഞു. അദ്ദേഹത്തിന്റെ സഹോദരിയും എന്റെ ഭർത്താവും എഞ്ചിനീയറിംഗ് കോളേജിൽ ഒന്നിച്ച് പഠിച്ചതാണെന്നതിനാൽ അവിടന്നും എനിക്കൊരു പ്രത്യേക കരുതലുണ്ടായിരുന്നു. എന്നിട്ടും എനിക്കിങ്ങനെ ഭവിച്ചല്ലോ എന്ന് ഞാൻ ഒറ്റയ്ക്ക് വിലപിച്ചു.

ദിവസമെത്തി. വിഷമങ്ങളെയൊക്കെ മറികടന്ന് എനിക്ക് വളരെ പ്രിയപ്പെട്ട ഒരു സാരിയൊക്കെ ഭംഗിയിൽ ചുറ്റി സമയത്തിനും മുമ്പേ ഞാനന്ന് കളക്ടറേറ്റിലെത്തി. ആദ്യം മെസ്സിലേയ്ക്കാണ് ആനയിക്കപ്പെ ട്ടത്. എന്റെ ഓഫീസിന്റെ വരാന്തയിലാണ് നല്ല ചൂടൻ വെള്ളപ്പവും സ്റ്റൂവും ചായയും വിതരണം ചെയ്യുന്നത്. ഞാൻ ദുഃഖത്തോടെ ഓഫീ സിലേക്ക് നോക്കി. എനിക്കൊരാളും കൂട്ടില്ല. എല്ലാവരും റവന്യൂക്കാർ. അവരെല്ലാം ഇരട്ടകളായി ചായ കുടിക്കാൻ വരുന്നു, പോകുന്നു, പരസ്പരം ചിരിക്കുന്നു. എനിക്കൊന്നു നോക്കി ചിരിക്കാൻ പോലും പരി ചയക്കാരില്ല. ഞാൻ കണ്ണിടയുന്നിടത്തൊക്കെ നിസ്സംഗയായി ചിരിച്ചു. ചിലരൊക്കെ തിരികെ ചിരിച്ചു. വേറെ ചിലർ കണ്ടില്ലെന്ന് നടിച്ചു.

അടുത്തതായി ജോലിയിലേക്കുള്ള ഔദ്യോഗിക പ്രവേശനമാണ്. കോൺഫറൻസ് ഹാളിൽ അറേഞ്ച് ചെയ്തിരിക്കുന്ന ഹോട്ട് ലൈൻ കണക്ഷനുകൾ എറണാകുളം പാർലമെന്റ് മണ്ഡലത്തിൽ വരുന്ന ഓരോ നിയമസഭാ സെക്ടറിലെയും കൗണ്ടിംഗ് സെന്ററിലേക്കുള്ള താണ്. അതിൽ എനിയ്ക്കായുള്ളത് ഞാറയ്ക്കൽ മണ്ഡലം. കൗണ്ടിംഗ്

സെന്ററിൽ നിന്നും അപ്പപ്പോഴുള്ള പുരോഗതി അന്വേഷിച്ചറിഞ്ഞ് മീഡിയ സെന്ററിലേക്ക് കൈമാറുക എന്ന ജോലിയാണ്. കൊള്ളാം. എന്നിൽ പഴയ ടെലഫോൺ ഓപ്പറേറ്റർ പദവിയുടെ അവശേഷിപ്പുകൾ കടന്നു വന്നു. ആദ്യ വിവരങ്ങൾ പോസ്റ്റൽ ബാലറ്റിന്റേതാണ്. അത് കളക്ട്രേറ്റിൽ തന്നെയാണ്. ശേഷം ഞാൻ ടെസ്റ്റടിച്ചു.

"ഹലോ.. ഞാറയ്ക്കലല്ലേ.. ഒരുക്കങ്ങളെല്ലാം പൂർത്തിയായില്ലേ.. കൗണ്ടിംഗ് തുടങ്ങിയോ.. എല്ലാ ടേബിളിലും എണ്ണിത്തുടങ്ങിയോ.. പ്രശ്നങ്ങളൊന്നുമില്ലല്ലോ.."

ഞാൻ പെർഫോം ചെയ്യാൻ തുടങ്ങി. ഞങ്ങൾ പുറത്തേക്ക് കൊടുക്കുന്ന വിവരങ്ങളാണ് മീഡിയ വിങ്ങ് മൈക്ക് വച്ച് അനൗൺസ് ചെയ്യുന്നത്. ഞാൻ പോലുമറിയാതെ എന്നിലൊരു താരപരിവേഷം വന്നതായൊരു തോന്നൽ. കൊള്ളാം നല്ല ജോലി. ക്യാമറാമാൻമാർ കറങ്ങി നടക്കുന്നുണ്ട്. എന്റെ സൂപ്രണ്ട് അവിടവിടെ പാറി നടക്കുന്നുണ്ട്. ചില ഫോണുകൾ ഉയർത്തി ഹലോ ഹലോ ചോദിക്കുന്നുണ്ട്. അദ്ദേ ഹത്തിന്റെ ചോദ്യങ്ങളാണ് ഞാൻ കേട്ട് പഠിച്ച് പുനരാവിഷ്കരിച്ചുകൊ ണ്ടിരിക്കുന്നത്. എണ്ണൽ പുരോഗമിക്കുന്നു. പുരോഗതി എന്നിൽ നിന്ന് മീഡിയയ്ക്ക്, മൈക്കിലൂടെ ജനങ്ങളിലേക്ക്. എനിക്ക് എന്തെന്നില്ലാത്ത ഉത്സാഹം തോന്നി. കളക്ട്രേറ്റിലെ സുന്ദരിമാർക്കൊപ്പം എനിക്കും ഈ ജോലി കിട്ടിയതെന്ത് ഭാഗ്യമായി.

ഞാൻ ആവേശത്തിൽ എഴുന്നേറ്റ് നിന്ന് ഫോണിൽ സംസാരിച്ച് വിവരങ്ങൾ ശേഖരിക്കുകയായിരുന്നു. അതാ കടന്നുവരുന്നു, ദൂരദർശൻ ക്യാമറ. അന്ന് മറ്റ ചാനലുകളൊന്നുമില്ല. ക്യാമറമാൻ എനിക്ക് നേരെ നടന്നടുക്കുന്നു. ഇഗ്നേഷ്യസ് സാർ അതിനേക്കാൾ വേഗത്തിൽ ഓടിവ ന്നെന്റെ കയ്യിൽ നിന്നും ഫോൺ വാങ്ങി അറ്റംമുറിഞ്ഞ സംസാരത്തി ന്റെ ബാക്കി സംസാരിക്കുന്നു. ക്യാമറ ഞങ്ങളെ ചേർത്തൊപ്പിയെന്ന് തോന്നി. പലരെയും ഒപ്പിയിട്ടുണ്ടാകും. ഉച്ചയൂണും വോട്ടെണ്ണലും കഴിഞ്ഞ് ഞാൻ വിജയശ്രീലാളിതയായി വീട്ടിൽ ചെന്നപ്പോൾ ചൂട് വാർത്ത. ടി വി യിൽ ഞാൻ അതേ താരപരിവേഷത്തിൽ ലൈവായെത്തിയത്രേ..

പിറ്റേന്ന് ഓഫീസിലെത്തിയപ്പോൾ ചില ബ്ലോക്കുകളിൽ നിന്നൊക്കെ ഫോൺ വന്നു. നമ്മുടെ ആ പുതിയ കുട്ടിയെയാണോ ഇന്നലെ ടി വി യിൽ കാണിച്ചത്. അങ്ങനെയാ വാർത്ത പരക്കുന്നു. എന്റെ മുഖം താരപരിവേഷത്തോടെ പലർക്കും പരിചിതമാകുന്നു.

ഇപ്രകാരം ഇലക്ഷൻ ഡ്യൂട്ടിക്ക് തുടക്കം കുറിച്ച ഞാനെങ്ങനെയാണ് ഇലക്ഷൻ കാലമെത്തുമ്പോൾ നൊസ്റ്റാൾജിയ ഉണർന്ന് നഷ്ടബോധ ത്തിന്റെ കുരുക്കിൽ പെട്ടുഴലാതെ പോകുക.

പ്രളയപയോധി ജലേ....ഭാഗം 1

"**ഇ**യപോലൊരു കാറ്റായിരുന്നു അന്നും 2018 ൽ" ഇന്ന് രാവിലെ അത് പറഞ്ഞത് ആരാണെന്നോർക്കുകയായിരുന്നു ഞാൻ.

"ഇതേ പോലെ തുടർച്ചയായ മഴയും"

ഞാൻ കൂട്ടി ചേർത്ത് പറഞ്ഞതും ഓർക്കുന്നു. എന്നിട്ടും ഓർക്കാനായില്ല ആരാണത് ഓർമ്മിപ്പിച്ചതെന്ന്. ഇന്ന് കണ്ട മുഖങ്ങളൊക്കെ ഓർത്തു നോക്കി, തേടിയ മുഖം തെളിഞ്ഞില്ല. അല്ലെങ്കിൽത്തന്നെ ആരായാലെന്താ, ഇന്നാട്ടിൽ ആരാ തണുത്തൊരു കാറ്റും തുടർച്ചയായ മഴയും കണ്ടാൽ 2018 ഓർക്കാത്തത്.

മുപ്പത്തി രണ്ട് വർഷത്തെ അന്യഗ്രഹവാസത്തിന് ശേഷം ഒരു ഭാണ്ഡ ക്കെട്ട് നിറയെ ഗൃഹാതുരത്വവും പേറി ഞാനീ കരയിലേക്ക് തിരിച്ച വന്നതും 2018 ലാണ്. അത്യധികം പ്രസന്നതയോടെയാണ് ഞങ്ങളെ യന്ന് പ്രകൃതി വരവേറ്റത്. വന്ന് അധികം താമസിയാതെ തന്നെ ഈ കരയെ മറുകരയോട് മുട്ടിക്കുന്ന അവസാനത്തെ പാലവും ഇറക്കപ്പെട്ടു. തിരിച്ചവരവിന്റെ ശകുനങ്ങളെത്ര നന്നെന്ന് ഞാനെന്നോട് തന്നെ പറഞ്ഞ് അഭിമാനം പൂണ്ടു. അക്കൊല്ലം ജൂലൈ മാസത്തെ മഴയോ ടൊപ്പം പുഴ നിറഞ്ഞൊഴുകി താഴ്ഞ്ചിറപ്പാടവും റോഡും ഒന്നായപ്പൊ ഞാൻ ഭാണ്ഡക്കെട്ടഴിച്ച് ഓർമ്മകളുടെ മഞ്ചാടിമണികളിൽ നിന്ന് ഒരു കൈപ്പിടി വാരിയെടുത്ത് പുറത്തിട്ടു.

പണ്ടാണ്, പത്തമ്പത് കൊല്ലങ്ങൾക്കുമപ്പുറം. അന്നൊക്കെ ഓണം വരുന്നതിലും സന്തോഷമായിരുന്നു മലവെള്ളം വരുന്നത്. പുഴയൊന്ന് നിറഞ്ഞ് കവിഞ്ഞാൽ പിന്നെ വീട്ടുമുറ്റത്ത് പുഴയെത്തുന്നതും കാത്തി രിപ്പാണ്. പുഴയിത്തിരി തെക്കാണെങ്കിലും ഞങ്ങളുടെ അത്യാർത്തി കണ്ടിട്ടാവാം വെള്ളമിങ്ങ് പിന്നാമ്പുറത്തെ തോട്ടിലൂടെ ഒളിച്ച് കയറി പ്പോരും മുറ്റത്തേയ്ക്ക്. നേരം വെളുത്ത് എണീറ്റ് വന്നാൽ ആദ്യ ദൗത്യം

തോട്ടുംവക്കത്തെ ശീമക്കൊന്നയുടെ ഇല പറിച്ച് വെള്ളത്തിലിട്ട് ഒഴുക്ക് നോക്കി വെള്ളം ഏറ്റമാണോ ഇറക്കമാണോ എന്ന് നോക്കലാണ്. ഉറങ്ങാൻ പോകും മുമ്പേ കുത്തിവച്ച ഈർക്കിലി ഊരിയെടുത്ത് അടയാളം നോക്കി രാത്രിയിലെ ട്രെൻറ് നോക്കുന്ന ഏർപ്പാടുമുണ്ട്.

ഞങ്ങൾ കുട്ടികൾക്ക് വെള്ളത്തിന്റെ ഇറക്കം എന്നും വേദനാജനക മാണ്. കാരണം രണ്ടുണ്ട്. ഒന്ന്, അതിനകം ക്യാമ്പായി മാറിയ സ്കൂൾ വീണ്ടും സ്കൂളായി മാറ്റപ്പെട്ടേക്കാം. രണ്ട്, മുട്ടൊപ്പം വെള്ളം കേറിയാൽ വഞ്ചിയിറക്കിത്തരാം എന്ന അച്ഛന്റെ സുസ്ഥിര വാഗ്ദാനം പാഴായി പ്പോയേക്കാം. വഞ്ചികളിക്കുന്നതിന്റെ രസത്തോളം രസമുള്ള കളിയീ ലോകത്തില്ലെന്ന് അന്നും ഇന്നും ഉറപ്പിച്ച് പറയാം. നല്ല അണ്ടിനെയ്റ്റ് പൂശി തട്ടിന്റെ മുകളിൽ കേറ്റി വച്ചിരിക്കുന്ന കൊച്ചവഞ്ചി കാണുമ്പോ ഴൊക്കെയുള്ള പ്രാർത്ഥനയാണ് ഇക്കൊല്ലത്തെ മലവെള്ളം മുറ്റം വരെയെത്തിക്കണേ ദൈവമേ...

രണ്ടറ്റവും ചുരുട്ടിയ തലപ്പുള്ള ഭംഗിയുള്ള ഓടിവഞ്ചിയാണ്. പക്ഷേ എന്താണാവോ തലപ്പ് രണ്ടും അഴിച്ച വച്ചിട്ടാണ് വഞ്ചിയിറക്കിത്തരാറ ള്ളത്. ഞങ്ങളാ വഞ്ചിയിൽ കയറി വല്ല്യച്ഛന്റെ പറമ്പിലാകെ തുഴഞ്ഞ് കളിക്കും. എനിക്കൊഴികെ എല്ലാവർക്കും നീന്തലറിയാം. അതുകൊണ്ട് കുളത്തിനടുത്തേയ്ക്കുള്ള യാത്രയിൽ ഞാൻ മാറിനിൽക്കും. വഞ്ചി എപ്പഴം ചരിയും ഞങ്ങളെല്ലാം വെള്ളത്തിൽ വീഴും. എല്ലാരും കൂടെ വഞ്ചി നിവർത്തും, വീണ്ടും കേറും, ഇതാണ് കളി. എട്ട് വയസ്സിനും പതിനഞ്ച് വയസ്സിനുമിടക്കുള്ള ഞങ്ങൾക്ക് അന്ന് അനുവദിച്ച തന്നിരുന്ന സ്വാത ന്ത്ര്യങ്ങൾക്ക് നന്ദി.

വഞ്ചിയില്ലാതെയും വേറെ കളികളുണ്ട്. അരമതിലിലിരുന്ന മുറ്റത്തെ വെള്ളത്തിലേക്ക് ച്ചൂണ്ടയിടാം. വല്ല്യച്ഛന്റെ വീടിനേയും ഞങ്ങളുടെ വീടിനേയും വേർതിരിക്കുന്ന റോഡിൽ പുഴയിൽ നിന്നും വരുന്ന തോട് വന്ന് ചേരുന്ന ഭാഗത്ത് ശക്തമായ ഒരൊഴുക്കുണ്ട്. ആ ഒഴുക്കിന്റെ ശക്തിയെ മറികടന്ന് വീഴാതെ റോഡ് മുറിച്ചകടക്കുക എന്നൊരു സാഹസക്കളി കൂടിയുണ്ട്. വീണാലും നനയുമെന്നല്ലാതെ കുളത്തിലേ ക്കോ പുഴയിലേക്കോ പോകുമെന്ന പേടിയും വേണ്ട. അപരിചിതരായ ആളുകൾ ആ ഒഴുക്ക് മുറിച്ചകടക്കുമ്പൊ വീണുപോകുന്നത് നോക്കി രസിക്കുന്നതും ഞങ്ങളുടെ പ്രിയപ്പെട്ടൊരു വിനോദമായിരുന്നു.

ഇതുകൂടാതെ അച്ഛനോടൊപ്പം കിട്ടിയൊരു യാത്രയുടെ ഓർമ്മയുണ്ട്. കുറച്ച് ദൂരെയുള്ള അച്ഛന്റെ കൂട്ടുകാരൻ തരുത്തുട്ട്യാപ്ളേടെ വീട്ടിലേക്ക്. അതൊരു കിടുകിടിലൻ യാത്രയാണ്. അച്ഛന്റെ തുഴച്ചിലിൽ വഞ്ചിക്ക്

മറിച്ചിലൊന്നുമല്ല. യാത്രക്കിടയിൽ ഒഴുകിവരുന്ന സാധനങ്ങൾ പലതും കയ്യെത്തിച്ചെടുക്കാൻ അച്ഛൻ അനുവാദം തരുമ്പോൾ ജേതാവിന്റെ ഭാവമാണ്. തരളുട്ട്യാപ്ളേടെ വീട്ടിൽ ചെല്ലുമ്പൊ എന്താ സന്തോഷം. അന്നവിടന്ന് കഴിച്ച നല്ല ചുടൻ അപ്പോം എറച്ചിക്കറീം... അഡ്ഡാറ് രുചി നാവിലെന്നതിലേറെ കണ്ണിലിപ്പഴും അതേ തെളിമയോടെയൊ വരവേൽ പ്പ് ചിത്രും.

പിന്നെയും പത്ത് പതിനഞ്ച് കൊല്ലത്തിന് ശേഷമുള്ളാരോർമ്മയും ക്ഷണിക്കാതെ വന്നെന്റെ കണ്ണ് കലക്കുന്നു. ബ്രെയിൻ ട്യൂമർ സർജറി കഴിഞ്ഞ് എറണാകുളത്ത് ആശുപത്രിയിൽ ഓർമ്മകളൊക്കെ ഒളിഞ്ഞും തെളിഞ്ഞും മാത്രം വല്ലപ്പോഴുമോടിയെത്തുന്ന കാലത്ത് അച്ഛനിഷ്ടപ്പെട്ട മീൻ വറുത്തതുമായെത്തുന്ന അതേ കൂട്ടുകാരന്റെ മുഖം....

പ്രളയപയോധി ജലേ....ഭാഗം 2

എഴുപതുകളുടെ അവസാനത്തോടെ മലവെള്ളത്തിന്റെ വരവ് നിന്നു. മലയടിവാരത്തൊക്കെ ഡാമുകളായി. വെള്ളപ്പാച്ചി ലിനെ മനുഷ്യൻ വരുതിയിലാക്കി. വെള്ളം കേറിയിറങ്ങാത്തോണ്ട് പള്ളത്തെ പറമ്പിലെ തെങ്ങിലൊന്നും തേങ്ങയില്ലാണ്ടായീന്ന് അച്ഛൻ. തെങ്ങ് കയറ്റവും പുഴമാർഗ്ഗമുള്ള ട്രാൻസ്പോർട്ടേഷനും മുതലാകുന്നില്ല ത്രേ. പുഴവെള്ളത്തിലേക്ക് കാലിട്ടിരിക്കാൻ സ്വന്തമായുണ്ടായിരുന്ന ആ പുഴക്കടവങ്ങനെ ഇല്ലാണ്ടായി. മലവെള്ളഘോഷങ്ങളൊക്കെ കൊതിപ്പിക്കുന്ന ഓർമ്മയായി.

വർഷങ്ങൾ കഴിഞ്ഞ് പിന്നീടൊരിക്കൽക്കൂടി വെള്ളം മുറ്റത്തേ ക്കൊന്നോടിക്കയറി വന്നിരുന്നു. പഠനകാലത്തിനൊപ്പം ചേർത്ത് ഗണിച്ചെടുത്താൽ അത് 1985 ൽ ആയിരിക്കാം. ഒരു ചവിട്ടുപടിയോളം പോലുമെത്തിയില്ല, ഒട്ടുനേരമൊട്ട് കൂട്ടുകൂടിനിന്നതുമില്ല. വകയിലേതോ അകന്ന ബന്ധുവെന്ന പോലെ മുറ്റം വരെ വന്ന് ചിരിയുകി നിന്ന് തിരി ച്ചുപോയി.

എല്ലാ വെള്ളപ്പൊക്കക്കാലത്തും കേൾക്കാം പഴയകാലത്തെ കുറേയേറെ കഥകൾ. വീട്ടകങ്ങളിൽ ഉപേക്ഷിച്ച് പോകാൻ ഏറെ യൊന്നുമില്ലാതിരുന്ന കാലത്തെ പലായനങ്ങൾ. വെള്ളമിറങ്ങിപ്പോ യപ്പോൾ കണ്ട കാഴ്ചയിലൊന്നായി തെങ്ങിന്റെ പട്ടകൾക്കുള്ളിലൊളിച്ച് കൂടങ്ങിപ്പോയ മൂർഖൻ പാമ്പിന്റെ വിരിഞ്ഞപത്തി ഓർമ്മയിൽ തെളി യുമ്പോഴും മനസ്സിലോർത്തു, അത്രയൊന്നും കേറീട്ടുണ്ടാവില്ല, അതിശ യോക്തിയാവും. ഈ കഥകളൊക്കെയും ഇവരുടെ ഭാവനയാവും. പട്ടി ണിക്കഥകൾ, മാനം മഞ്ചാടീമില്ലാതെ കിടന്ന മാനംചാരികുന്നിലേക്ക് അക്കരെ തുരുത്തീന്ന് ആളുകൾ കുടിയേറിയ കഥകൾ. 61 ലെ വെള്ള ത്തെക്കുറിച്ചുള്ള കഥകളായിരിക്കാം. 99 (1924) ലെ വെള്ളത്തിന് അച്ഛൻ

ജനിച്ചിട്ട് പോല്യമില്ല. എങ്കില്യം തൊണ്ണൂറ്റൊമ്പതിലെ വെള്ളപ്പൊക്കം എന്ന വിശേഷണം ഒഴിവാക്കാനാകാത്ത സ്മരണയായി നാട്ടിലെ പല വർത്തമാനങ്ങളില്യം ഉൾപ്പെട്ടുപോന്നിരുന്നു.

പിന്നെയും വർഷങ്ങൾക്ക് ശേഷം 2018 ലെ കർക്കിടകപ്പെയ്ത്തിനൊപ്പം മലവെള്ളമെത്തിയപ്പോൾ ആറ്റാദത്തിമർപ്പിൽ ഞാനാർത്തു വിളിച്ച നടന്നു.

"ദാ.. ഞാൻ വന്നതിനൊപ്പം വെള്ളം വന്നത് കണ്ടോ... ഞാൻ തിരികെ വന്നതറിഞ്ഞ് എന്നെക്കാണാൻ വന്നതാണ്."

ആരോടൊക്കെയോ പറഞ്ഞു നടന്നു. ഓടിനടന്ന് സെൽഫിയെടുത്ത് ഫേസ് ബുക്കിലും വാട്ട്സാപ്പിലും സ്റ്റാറ്റസിട്ടു. കൂട്ടുകാരെയൊക്കെ വിളിച്ച പറഞ്ഞു. എല്ലാവരേയും ക്ഷണിച്ചു..

"ഓടിവര്യ.... വെള്ളപ്പൊക്കം കാണാം, മോട്ടോർ ബൈക്കുകൾ പാഞ്ഞ് വന്ന്, ജലപാത വകഞ്ഞ് മാറ്റി ചിതറിത്തെറിപ്പിക്കുന്ന വെൺമുത്തുമണികളിൽ കുളിരണിഞ്ഞു നിൽക്കാം... റോഡിലങ്ങോളമിങ്ങോളം മുട്ടോളം വെള്ളത്തിൽ നീന്തി നടക്കാം.... ചണ്ടയിടാനിരിക്കുന്ന ആളുകളുടെ അടുത്ത് ചെന്ന് ആ ചണ്ടയൊന്ന് വാങ്ങിയെറിഞ്ഞ് മീൻ പിടിച്ച് രസിക്കാം...."

തുറന്നുവച്ച ഓർമ്മച്ചെപ്പ് അടയ്ക്കാനേ തോന്നിയില്ല. മുട്ടോളമെത്തുന്ന വെള്ളത്തിൽ മെല്ലെയൊന്ന് താഴ്ന്ന് മുട്ടോളമെത്താത്ത പച്ചപ്പാവാടയുടെ അറ്റമൊന്ന് നനച്ച് സ്കൂളിലെത്തി, പാവാട നനഞ്ഞതുകൊണ്ട് ബഞ്ചി ലിരിക്കാൻ പറ്റുന്നില്ല സാറെന്ന് കോറസിൽ പറഞ്ഞ് തണത്ത് നിന്ന കൗമാരങ്ങളോർത്തെടുക്കാനുള്ള ആർത്തി പെരുത്തുകേറി. എന്നും വൈകീട്ട് ഓഫീസിൽ നിന്ന് വന്നപാടെ പാടത്തേക്കോടിയിറങ്ങി ഞാൻ. വെള്ളം തട്ടിത്തെറിപ്പിച്ച് നടക്കുന്ന കുട്ടികളുടെ മേലേക്ക് ഞാനാ ഓർമ്മച്ചെപ്പിലെ മഞ്ചാടിമണികൾ വാരിയെറിഞ്ഞു രസിച്ചു. രണ്ട് മൂന്ന് ദിവസത്തെ സന്തോഷം തന്ന് വെള്ളം പയ്യെപ്പയ്യെ ഇറങ്ങിപ്പോയി. മഴ പെയ്തും മഴയൊഴിഞ്ഞും ഏതാനം ദിവസങ്ങങ്ങനെ പോയി. പിന്നെയും തുടങ്ങി തോരാമഴ. ആഗസ്റ്റ് ആദ്യയാഴ്ച കഴിഞ്ഞ് പുഴകൾ വീണ്ടും നിറഞ്ഞു. പുഴയോരത്തുള്ള വീടുകളിൽ വെള്ളം കയറാൻ തുടങ്ങി. പലരേയും ക്യാമ്പുകളിലേക്ക് മാറ്റി. സ്ഥിതിഗതികൾ വീണ്ടും മാറിമറി യുന്നു.

കിഴക്കൻ ഡാമുകൾ തുറക്കുന്ന, പെരിയാർ തീരത്തുള്ളവർക്കായി ജാഗ്രതാ മുന്നറിയിപ്പുകൾ വരുന്നു. ഒഴിപ്പിക്കൽ നടപടികൾ കൂടുതൽ ഭാഗങ്ങളിലേക്ക് നീളുന്നു. കൂടുതൽ ക്യാമ്പുകൾ തുറക്കുന്നു. ഡാമിൽ നിന്ന

പുറപ്പെട്ട വെള്ളം അഞ്ച് മണിക്കൂറിനകം ഇങ്ങെത്തുമെന്നും അറിയിപ്പ് വന്നു. ജനം പേടിച്ച് വെള്ളം വരുന്നതും നോക്കി കണ്ണും നട്ടിരിപ്പായി. പോലീസ് അധികാരികൾ പരക്കംപാഞ്ഞുനടന്ന് ജനങ്ങൾക്ക് ജാഗ്രതാ നിർദ്ദേശം നൽകി. വില്ലേജ് അധികാരികളും പഞ്ചായത്തധികാരികളും കൈകോർത്ത് ക്യാമ്പൊരുക്കി. വരുമെന്ന് പറഞ്ഞ വെള്ളം വന്നില്ല, ജനം നിരാശയിലാണ്ടു. പുഴപൊങ്ങാതെ വെള്ളമെങ്ങ് പോയെന്നവർ പരസ്പരം ചോദിച്ചു. ജനങ്ങളെ പരിഭ്രാന്തരാക്കിയ ഭരണാധികാരിക ളെയും ഉദ്യോഗസ്ഥവൃന്ദങ്ങളെയും മീഡിയയെയും അവർ മാറി മാറി ചീത്തവിളിച്ചു.

വെള്ളം വന്നെന്നും വന്ന വെള്ളത്തെയത്രയും കടല് വലിച്ചോണ്ട് പോയീന്നും മറ്റൊരു സംസാരം. വാവ് കഴിഞ്ഞാൽ പഞ്ചമി വരെയുള്ള ദിവസങ്ങളിൽ എത്ര വെള്ളം വന്നാലും കടലെടുത്തോളമെന്നൊരു ശാസ്ത്രം പഴമക്കാർ പറഞ്ഞു. പുതുമക്കാരത് കേട്ടതായിപ്പോലും ഭാവി ച്ചില്ല. അവർ ടിവീലും പുഴയോരത്തും കണ്ണംനട്ട് കണ്ണും കാലും കഴച്ച് സകലരേം കൂട്ടിപ്പിടിച്ച് ശപിച്ചു.

അറിയിപ്പ് കേട്ട് ഞാനും ഓഫീസീന്ന് വരുംവഴി കണക്കൻകടവ് പാലം കടക്കുമ്പോൾ പുഴയെ നോക്കി. ഇല്ല, ചാലക്കുടിപ്പുഴക്ക് തീരെയും രൗദ്രഭാവമില്ല. കർക്കിടക വാവിന് ബലിയിടാൻ പോയപ്പൊ പെരിയാറിനും ക്ഷോഭമില്ല. ആളുകൾക്ക് അധികാരികളിലും അറിയി പ്പിലും വിശ്വാസം നഷ്ടപ്പെട്ടു. ചെറുതായി കയറിയിരുന്ന വെള്ളവും ഇറങ്ങിപ്പോയി. ജനം സാധാരണ ജീവിതത്തിലേക്ക് കടന്നു.

   കമലവിലാസ് കൺമഷി

പ്രളയപയോധി ജലേ.....ഭാഗം 3

വെള്ളം വന്ന പോലെ തന്നെയങ്ങിറങ്ങിപ്പോയി, ആരോട മൊന്നും പറയാതെതന്നെ പോയി. അവരുടെ ചുണ്ടിലെ ചിരിയങ്ങ് പൂർണ്ണമായും വിടരും മുമ്പേ മാനമിരുണ്ടു, മഴ കനത്തു. ടിവിയിൽ ആരവങ്ങളുണർന്നു. വാർത്തകളും അറിയിപ്പുകളും സോഷ്യൽ മീഡിയയും എത്ര ശ്രമിച്ചിട്ടും ജനം ഭയപ്പെട്ടില്ല, നേരത്തെ കിട്ടിയ ചെറുഭയത്താൽ വലിയഭീതി നേർപ്പിക്കപ്പെട്ടു പോയിരുന്നു. എന്നിലെ ആഹ്ലാദവും ആവേശവ്വുമൊക്കെ കെട്ടടങ്ങി ചെറിയതായൊരു ഭയം രൂപംകൊണ്ടു തുടങ്ങി. അമ്മയും മൂന്ന് സഹോദരൻമാരും ബന്ധുമിത്രാ ദികളുമൊക്കെ താമസിക്കുന്നത് ബസാറിനടുത്ത് താഴെ പ്രദേശത്ത്, പുഴയിൽ നിന്നും എകദേശം 400 മീറ്റർ ദൂരം മാത്രം അകലത്തിൽ. ഞങ്ങ ളാണെങ്കിലൊരു കുന്നിൻറെ മുകളിലും. ഞാനെന്നും ചെന്ന് പറയാൻ തുടങ്ങി, കരുതിയിരിക്കണം. എന്തെങ്കിലും സൂചന തോന്നിയാൽ വേഗം പോന്നേക്കണം. എന്നെ കേട്ട് അവർ ചിരിച്ചതെയുള്ളൂ അവിടെ ആർക്കും പേടിയില്ല.

"ഇത്ര ദൂരം വെള്ളം വരാനോ"

"പേടിക്കാനില്ല, എന്നാലും കരുതിയിരിക്കണം, ഡോക്യുമെന്റ്സും പുസ്തകങ്ങളുമൊക്കെ മുകളിലേക്ക് മാറ്റണം വേഗം" എന്നൊക്കെ പറഞ്ഞു കൊണ്ടേയിരുന്ന ഞാൻ.

14- ാം തിയ്യതി മഴയുടെ ഭാവം മാറി. മാനമിരുണ്ടു. കാറ്റിൽ മരങ്ങ ളാടിയുലഞ്ഞു. പുറത്തിറങ്ങാൻ പേടി തോന്നുന്ന ഭീകരമഴ. പിറ്റേന്ന് പതാകയുയർത്താൻ നേരത്തേയെത്താമെന്ന്പറഞ്ഞാണ്ഓഫീസിൽ നിന്നിറങ്ങിയത്. പക്ഷേ യാത്രയിൽ പാലങ്ങൾ കടക്കുമ്പോൾ ചാല ക്കുടിപ്പുഴയ്ക്ക് പേടിപ്പിക്കുന്ന രൗദ്രഭാവം. പുഴ കരയിലേക്ക് കയറാൻ തുടങ്ങുന്നു. പിറ്റേന്ന് നേരം വെളുക്കും മുമ്പേ ഒരു ഫോൺകാൾ. മുൻ

ജില്ലാ പഞ്ചായത്ത് പ്രസിഡന്റാണ്, എന്റെ കൂട്ടുകാരിയുടെ ചേച്ചി.

"മായേ.. ഇവിടെ വെള്ളം കയറാൻ തുടങ്ങി. വീട്ടിൽ കാറിടാൻ സ്ഥലമുണ്ടോ?"

"കൊണ്ട വന്നോള ഇവിടെയിടാല്ലോ.." എന്ന് ഞാൻ. അവിടെ യെങ്ങനെയാണിത്ര വേഗം വെള്ളമെത്തിയതെന്ന് ആലോചിക്കാൻ തുടങ്ങുമ്പഴേക്കും അവർ പറയാൻ തുടങ്ങി.

"ക്യാമ്പെല്ലാം പിരിച്ചവിട്ടതായിരുന്നു. ഒരുപാട് സാധനങ്ങൾ ബാക്കിയുണ്ടായിയുന്നു. എല്ലാം അവർക്ക് തന്നെ വീതിച്ച കൊട്ടുത്തു, ഇനിയാരോട് ചോദിക്കും"

അവർ വിശാലമായി ആശങ്കപ്പെട്ടു. ശരിയാണ് മറ്റെങ്ങും വെള്ളം കയറാത്തതിനാൽ സെലിബ്രിറ്റികളൊക്കെ വന്നതിങ്ങോട്ടാണ്. എല്ലാവരും കയ്യയച്ച് ദാനം ചെയ്യിരുന്നു. ക്യാമ്പുകൾ സമൃദ്ധിയിലായി രുന്നു. മമ്മൂട്ടിയൊക്കെ വന്നതും ജനമത് കൊണ്ടാടിയതുമാണ്.

ഞാനെന്റെ ചെറിയ ലോകത്തെയോർത്ത് ആശങ്കപ്പെട്ടു. കൊച്ചമ്മ, അനിയന്മാർ അവരൊക്കെ സുരക്ഷിതരാണോ... അനിയനെ വിളിച്ച ചോദിച്ച ഞാൻ.

"എന്താണ് അവസ്ഥ? വെള്ളം കയറുന്നുണ്ടോ?"

"കടവിൽ വെള്ളം നല്ലവണ്ണം കൂടിയിട്ടുണ്ട്, ഇങ്ങോട്ടൊന്നും വരില്ല, നമ്മളെത്രയോ ദൂരെയാണ്".

അനിയൻ മാത്രമല്ല എല്ലാവരും അത്തന്നെ പറഞ്ഞു. ശരിയാണ ല്ലോ എന്ന് ഞാനും സമാധാനിച്ചു. ഞാൻ ഓഫീസിലെ പതാകയു യർത്താൻ പോകാൻ സ്റ്റാർട്ടെടുത്തു. പാലത്തിനടുത്തെത്തിയപ്പോൾ ആൾക്കൂട്ടം. വണ്ടി പോവില്ല, വെള്ളമാണ്. ഞാൻ വണ്ടി തിരിച്ച, നേരെ കൊച്ചമ്മയുടെ അടുത്തേക്ക് പോയി. റോഡിലൂടെ പലരും സഞ്ചിയും ബാഗുമൊക്കെയായി പലായനം തുടങ്ങിയിരുന്നു. കൊച്ചമ്മ വിഹ്വ ലതയോടെ ആ കാഴ്ച നോക്കി നിൽക്കുന്നു. വെള്ളം കയറിവരുന്ന വഴികളൊക്കെ ആകെ മാറിയിരിക്കുന്നു. ഞാൻ അനിയനേയും കൂട്ടി കടവിലേക്ക് പോയി. വെള്ളം കൂടുതൽ കയറിയിട്ടുണ്ട്. എന്നാലും വീട്ടി ലേക്കെത്താനുള്ള യാതൊരു സാദ്ധ്യതയും കാണുന്നില്ല. ദൂരമേറെയുണ്ട്. എങ്കിലും സഹോദരന്മാരുടെയൊക്കെ വീടുകളിൽ കയറിയിറങ്ങി ഞാൻ പറഞ്ഞു, അങ്ങോട്ട് പോന്നോള. നമുക്ക് ഉള്ള സൗകര്യത്തിൽ കൂടാം.

ഞാൻ വീട്ടിലേക്ക് തിരിച്ച പോന്നു. അത്യാവശ്യത്തിന് സാധനങ്ങ ളൊക്കെയുണ്ട് വീട്ടിൽ. സാധാരണയുള്ള 5 കിലോ പാക്കറ്റ് അരിക്ക്

പകരം 10 കിലോ ബോഗാണ് ഇത്തവണ വാങ്ങിയത്. ആളുകൾ സാധ നങ്ങൾ വാങ്ങിക്കൂട്ടുന്ന തിരക്കിലാണ്. ഞങ്ങളും ഒന്ന് പുറത്തേക്കിറങ്ങി. അടുത്ത ക്യാമ്പിൽ ചെന്നു. ആവശ്യത്തിന് സാധനങ്ങളും നോക്കാൻ ആളുകളുമുണ്ടവിടെ. എങ്കിലും ഞങ്ങൾ അടുത്തുള്ള കടയിൽ പോയി അവിടെ അവശേഷിക്കുന്ന ബ്രെഡ്ഡും പഴവും ബിസ്ക്കറ്റുമൊക്കെ വാങ്ങി ക്യാമ്പിലെത്തിച്ചു.

പാർക്ക് ചെയ്യാൻ കൊണ്ടുവരുമെന്നു പറഞ്ഞ കാറ് വന്നില്ല. പേടിക്കേണ്ടതില്ലായിരിക്കും, അടുത്തെവിടെയെങ്കിലും ഉയർന്ന പുര യിടത്തിലിട്ടിട്ടുണ്ടാവും എന്ന് കരുതി ഞാൻ. വൈകീട്ട് റസിഡന്റ്സ് അസ്സോസിയേഷൻ രൂപീകരണം ഉദ്ഘാടനയോഗം. പഞ്ചായത്ത് പ്ര സിഡന്റും മെമ്പറുമൊക്കെയുണ്ട്. ക്യാമ്പുകളിൽ നിന്നും വന്നതാണവർ. നാട്ടിലാകെ ഓട്ടവും പാച്ചിലും ആരംഭിച്ചിരിക്കുന്നു എന്ന് അവരുടെ മുഖ ഭാവങ്ങളിലും വാക്കുകളിലും ധ്വനിക്കുന്നുണ്ട്. അപ്പോഴാണ് ഓപ്പയുടെ (ചേട്ടൻ) വിളി. നീ വീട്ടില്ലുണ്ടോ? ഞങ്ങളങ്ങോട്ട് വരുന്നു, ഇവിടെ വെള്ളം കയറാൻ തുടങ്ങി. എനിക്കത് വിശ്വസിക്കാൻ തന്നെ പ്രയാസം തോന്നി, എങ്ങനെ ഇത്രുവേഗം, ഏത് വഴിയേ വന്നാവോ...

ഞാനിപ്പൊ എത്തിക്കോളാം നിങ്ങൾ പോന്നോളൂ എന്ന് പറഞ്ഞ് ഞാൻ യോഗത്തിൽ നിന്ന് പിരിഞ്ഞ് പോന്നു. 95 വയസ്സായൊരു വല്ല്യ മ്മയുണ്ട് ഞങ്ങൾക്ക്. അവരുടെ വീട്ടിലെ സ്ഥിതിയറിയാനായി ഞാൻ അവിട്ടത്തെ ചേട്ടനെ വിളിച്ചു.

എന്താണ് അവസ്ഥ, എന്താണ് പ്ലാൻ എന്നന്വേഷിച്ചു.

"വെള്ളം എത്തിയിട്ടില്ല, വീടിന്റെ മുകളിലെ നിലയിലേക്ക് മാറാമെന്ന് വിചാരിക്കുന്നു."ചേട്ടൻ പറഞ്ഞു.

"വല്ല്യമ്മയെ മോളിൽ കേറ്റാൻ പാടല്ലേ, വേഗം ഇങ്ങോട്ട് കൊണ്ടു വന്നോളൂ" ഞാൻ പറഞ്ഞു.

വല്ല്യമ്മയേം കൊണ്ടുള്ള വണ്ടിയാണ് ആദ്യമെത്തിയത്. ഒരു സഞ്ചിയിൽ വസ്തുങ്ങളും പാൻ ഫിറ്റ് ചെയ്യൊരു സ്ഥലം. ചേട്ടനാകെ തിരക്ക് കൂട്ടുന്നുണ്ടായിരുന്നു.

"വേഗം തിരികെ പോണം റോഡിലൊക്കെ വെള്ളം. തിരിച്ച് പോക്ക് ബുദ്ധിമുട്ടാണ്."

എനിക്കാകെ പേടിയായി. ഓപ്പ വരുന്നെന്ന് പറഞ്ഞിട്ട് വന്നിട്ടില്ല. അനിയന്റെ വീട്ടിലെ സ്ഥിതി അറിഞ്ഞില്ല, കൊച്ചമ്മ അവിടെയാണ്. വിളിച്ചപ്പോൾ അനിയൻ വീണ്ടും പറഞ്ഞു, ഇവിടെ കയറുന്ന

ലക്ഷണങ്ങളില്ല. പൊക്കമാണ്, പറമ്പും പൊക്കിയതാണ്. പേടി ക്കാനില്ലെന്ന് തോന്നുന്നു. മറ്റൊരനിയന്റെ വീട് കൂടിയുണ്ട്. അവരും നിരീക്ഷണത്തിൽ.

വീടൊരു കൊച്ച ക്യാമ്പാക്കേണ്ടി വരുമെന്ന് ഉറപ്പായി. കരുതൽ ശേഖരത്തിനായി സാധനങ്ങൾ വാങ്ങാൻ കടയിൽ ചെന്നപ്പോൾ കട കാലി. നിങ്ങളല്ലേ എല്ലാം തൂത്തുവാരി വാങ്ങിപ്പോയതെന്ന് കടക്കാരൻ ഓർമ്മിപ്പിച്ച് തിരിച്ച വിട്ടു. നിമിഷങ്ങൾക്കകം ഓപ്പയും കുടുംബവുമെത്തി. അവരോടൊപ്പം മകളും ഭർത്താവും ഒന്നര വയസ്സുകാരൻ കുട്ടിയുമുണ്ട്.

"ഇനി ഒരു വണ്ടിയും ഇങ്ങോട്ട് വരില്ല, മണി മാഷുടെ വീടിന് മുന്നി ലെത്തിയപ്പോൾ വണ്ടിയെടുക്കാൻ പറ്റാത്തത്ര വെള്ളം. മുന്നോട്ടും പിന്നോട്ടും എടുക്കാനാവാത്ത അവസ്ഥ. രണ്ടും കല്പിച്ച് ഒറ്റയെടുക്കൽ. ഭാഗ്യം കൊണ്ടുമാത്രം വണ്ടി ഓഫാകാതെ കടന്ന കിട്ടി. കാറിന് മുകളില്ലൂടെ വെള്ളം കയറിയിറങ്ങി" ഓപ്പ വിശദീകരിച്ചു.

ഞങ്ങളും ഞങ്ങളുടെ പ്രദേശമായ പരമനാശേരിക്കുന്നും ഒറ്റപ്പെട്ടി രിക്കുന്നു എന്നറപ്പായി. ഇനിയും വെള്ളമുയർന്നാൽ അമ്മയും അനി യൻമാർക്കുമൊക്കെ ഇങ്ങോട്ട് വരിക എന്നതസാദ്ധ്യം. പിറ്റേന്ന് തിരിച്ചപോകാനാകും എന്ന പ്രതീക്ഷയിലായിരുന്ന അവരെത്തിയത്. കുട്ടിയുള്ളതുകൊണ്ട് മാത്രം പോന്നതാണ്.

     കമലവിലാസ് കൺമഷി

പ്രളയപയോധി ജലേ..... ഭാഗം 4

നേരത്തേ ഉണർന്നിട്ട് പ്രത്യേകിച്ചൊന്നും ചെയ്യാനില്ലെന്നറിയാമായിരുന്നിട്ടും വെട്ടം പരക്കാൻ തുടങ്ങുമ്പഴേക്കും വാതിൽ തുറന്ന് പുറത്തേക്കിറങ്ങി. മഴ പെയ്യുന്നില്ല. താൽക്കാലികമായൊരു ഒളിച്ചുകളിയാണ്, വരവ്വടനേയ്യുണ്ടെന്ന് ആകാശം പറഞ്ഞു. നൂറ് മീറ്റർ ദൂരമുണ്ടാവില്ല താഴെ താഴ്ഞിറപ്പാടത്തേക്ക്. വെള്ളത്തിന്റെ നിലയറിയാൻ പാടത്തേക്ക് ധൃതി പിടിച്ച് നടന്നു. പിന്നെയും ഉയർന്നിരിക്കുകയാണ്. നോക്കെത്താ ദൂരത്തോളം പരന്നുകിടക്കുന്ന പാടവും റോഡും ഒന്നുചേർന്ന് ഒരു സമുദ്രം പോലെ രൂപം മാറിയിരിക്കുന്നു.

നേരം നന്നായി പുലർന്നിട്ടില്ലെങ്കിലും പലരും എത്തിയിരിക്കുന്നു വെള്ളത്തിന്റെ നിലയറിയാൻ, വീടൊഴിയേണ്ടി വരുമോ എന്നുറപ്പിക്കാൻ. കുന്നിൻറെ അടിവാരത്തുള്ള വീട്ടുകളിലെല്ലാം വെള്ളം കയറിക്കഴിഞ്ഞു. ഇനിയും വെള്ളമുയർന്നാൽ വീടൊഴിയേണ്ടി വരുമെന്ന ആശങ്കയോടെ വെള്ളത്തിൽ തന്നെ കണ്ണും നട്ട് നോക്കിയിരിക്കുന്നവർ. വൈകുന്നേരമാകുമ്പോഴേക്കും ഇറങ്ങുമായിരിക്കും മനസ്സ് പ്രതീക്ഷ പറഞ്ഞു. എന്നേക്കാളേറെ കർക്കിടകം കണ്ട ഒരു കാരണവർ ആരോടെന്നില്ലാതെ പറഞ്ഞു.

"പതിനൊന്നിനായിരുന്നു വാവ് പതിനൊന്നും ഏഴും പതിനെട്ട്. പതിനെട്ട് വരെ തക്കക്കേടാണ്. അതുകഴിഞ്ഞേ വെള്ളമിറങ്ങൂ. അതുവരെ ഒരു തുള്ളി വെള്ളം കടലെടുക്കൂല്ല."

ഏയ് അങ്ങനീണ്ടാവ്വോ... അത്രേം ദിവസോ.. ഒരിക്കല്ലെണ്ടാവില്ല. തിരിച്ച് വീട്ടിലേക്ക് നടക്കവേ മനസ്സ്പിന്നെയും ധൈര്യം പറഞ്ഞു. വീട്ടിലെത്തുമ്പോൾ ഓപ്പയുടെ ഭാര്യ കല തിരിച്ചപോയി സാധനങ്ങളൊക്കെ ഒന്ന് സുരക്ഷിതമായി എടുത്തുവയ്ക്കാനുള്ള ഒരുക്കത്തിലാണ്. വെള്ളം ഇറങ്ങിയിട്ടില്ല ഉയർന്നിട്ടേയുള്ളൂ എന്ന കേട്ട് അവരുടെ മനസ്സ് തളർന്ന്

ഉറങ്ങിപ്പോയി.

"രാവിലെ തിരിച്ച ചെല്ലാമെന്ന് കരുതി ഒന്നും എടുത്തുവച്ചില്ല. എന്തൊക്കെ എവിടെയൊക്കെയെന്ന് ഒരു നിശ്ചയവുമില്ല"

മനസ്സിനെ പയ്യെപ്പയ്യെ പാകപ്പെടുത്തുകയായിരുന്നു അവർ.

രാത്രിയിൽ ആർക്കും ഉറക്കം ശരിയായിരുന്നില്ല. വെല്ല്യമ്മ അപരിചിതമായ ഇടത്തെത്തിയതിന്റെ ആധിയിൽ ഉറക്കെയുറക്കെ, നിറുത്താതെ നാമം ചൊല്ലിക്കൊണ്ടേയിരുന്നു. രണ്ട് കിടപ്പുമുറികളുള്ള വീട്ടിൽ ഒമ്പതുപേർ. എല്ലാവരും മിതത്വത്തിലേക്ക് ചുരുങ്ങിക്കൂടാൻ പരിശീലിക്കുകയായിരുന്നു. വെള്ളത്തിന്റെ ഏറ്റയിറക്കങ്ങൾ കണക്ക കൂട്ടലുകൾക്കുമപ്പുറമാണ്. എന്നേക്ക് ഇറങ്ങിപ്പോകുമെന്നൊരു നിശ്ചയ വുമില്ലെന്നായി. വന്നവർക്കൊക്കെ സ്വന്തമിടങ്ങളിലേക്ക് എന്ന് തിരിച്ച പോകാനാവ്വുമെന്നതിൽ ഒരു നിശ്ചയവുമില്ല. ആ ഭാഗത്തെ വീട്ടുകളിൽ നിന്നെല്ലാം ആളൊഴിഞ്ഞുപോയിരിക്കുന്നു. രാത്രിയിലെ വെള്ളത്തിന്റെ ഭീതിദമായ വരവ്വുകണ്ട് പോലീസ് സേന ഓരോ വീട്ടിലും ചെന്ന് ടോർ ച്ചടിച്ച് വിളിച്ച് ആളുകളെ എണ്ണിപ്പിച്ച് ക്യാമ്പുകളിലേക്ക് മാറ്റിയത്രേ.. കൊച്ചമ്മയും അനിയനും കുടുംബവും പല പല വഴികളിലൂടെ അതി സാഹസികമായി രാത്രിയാത്ര ചെയ്ത് തൃശ്ശൂർ ജില്ലയിലുള്ള അമ്മാവന്റെ വീട്ടിലേക്ക് പോയതായറിഞ്ഞു. ചെറിയ അനിയന്റെ കുടുംബവും ബാക്കി യെല്ലാബന്ധുജനങ്ങളും ക്യാമ്പിലേക്കും പോയിരിക്കുന്നു.

ഞങ്ങളുടെ പരമനാശേരിക്കുന്നും ചുറ്റവട്ടത്തുള്ള കുന്നുകളും ഒറ്റപ്പെ ട്ടു. ചുറ്റിലും വെള്ളം. വീട്ടിലുള്ള ഭക്ഷ്യശേഖരം അധിക ദിവസത്തേക്ക് തികയയില്ല. അടുത്തുള്ള കടകൾ കാലിയായിരിക്കുന്നു. എത്ര ദിവസത്തേ ക്ക് തികയുമെന്നൊരു ധാരണയുമില്ല. ചേട്ടന്റെ മകനും മരുമകനും കൂടെ തലേന്ന് ഏതൊക്കെയോ വഴികളിലൂടെ വെള്ളത്തിലൂടെ ജില്ല കടന്ന് അവശ്യസാധനങ്ങൾക്കായലഞ്ഞു. എങ്ങും അരിയില്ല. ഒരു പതഞ്ജലി ഷോറ്റമിൽ നിന്ന് കുറച്ച് ബിരിയാണിയരിയും ഗോതമ്പുപൊടിയും കിട്ടി. രണ്ടും മൂന്നും നേരം ചോറ് കഴിച്ചിരുന്നവർക്കൊക്കെയത് ഒരു നേരമാക്കി വെട്ടിച്ചുരുക്കി. ഒരു നേരം ചപ്പാത്തി നിർബന്ധമാക്കി. ക്ഷീരസമൃദ്ധിയുള്ള ഗ്രാമമായതിനാലും പാല് പുറത്തേക്ക് പോകാതിരുന്നതിനാലും ക്ഷാ മമില്ലാത്തത് പാലിന് മാത്രമായി. ഡയറിയിൽ എപ്പോൾ ചെന്നാലും പാലുണ്ടാവ്വും. ക്യാമ്പുകളിലും പാൽ സമൃദ്ധമായെത്തി. അനാഥമായി അലഞ്ഞുതിരിഞ്ഞു നടക്കുന്ന പശ്ശുക്കളെ എല്ലാ വീട്ടുകാരും ചേർന്ന് പരിപാലിച്ച. എല്ലാവീട്ടിലെയും കഞ്ഞിവെള്ളവും കാടിവെള്ളവും ഒരേ പാത്രത്തിലേയ്ക്കെത്തി. ഒറ്റപ്പാത്രത്തിൽ കറന്നെടുത്തപാൽ എല്ലാ

     കമലവിലാസ് കൺമഷി

വീട്ടിലേക്കുമെത്തി.

വീടുകളിലേക്കുള്ള കുടിവെള്ള വിതരണ സംവിധാനങ്ങളറ്റ. വെള്ള ത്തിനായി പൂർണ്ണമായും മഴയെ ആശ്രയിക്കാൻ തുടങ്ങി.വൈദ്യുതി ബന്ധങ്ങളറ്റ. പുറം ലോകത്തെ വാർത്തകൾ അറിയാതായി. ബന്ധു മിത്രാദികളെക്കുറിച്ച് ഒന്നും അറിയാതായി. ഇന്റർനെറ്റ്ബന്ധങ്ങളറ്റ. ഫോണുകൾ നിശ്ചലമായി.

ഓരോ കാഴ്ചയിലും മനസ്സിന് ഉണർവ്വേകിയിരുന്ന താഴ്ഞ്ചിറപ്പാടം മനസ്സിൽ ഭയം ജനിപ്പിച്ചു. പണ്ടെങ്ങോ സിനിമകൾക്കൊപ്പം പ്രദർശിപ്പി ച്ചിരുന്ന ന്യൂസ് റീല്യകളെ ഓർമ്മപ്പെടുത്തിക്കൊണ്ട് മുകളില്ലൂടെ പറക്കുന്ന ഹെലികോപ്റ്ററിന്റെ മുരളിച്ച അന്തരീക്ഷത്തിലെപ്പോഴും നിലകൊണ്ടു. ക്യാമ്പുകളിലേക്ക് പോകുന്ന കോപ്റ്ററിൽ നിന്നും താഴേക്കിട്ട് കിട്ടുന്ന ഭക്ഷ്യവസ്തുക്കൾക്കായി വല വിരിച്ചപിടിച്ച് കാത്തുനിൽക്കുന്ന ജനക്കൂട്ടം. ഗ്രാമാതിർത്തിയിലെ സ്കൂൾ കെട്ടിടം ഇടിഞ്ഞു വീണ് ആറുപേർ മരിച്ചെ ന്ന വാർത്തയ്ക്ക് പുറമേ തൊട്ടടുത്ത വെള്ളച്ചുഴിയിൽ പെട്ട് രണ്ടുപേർ കൂടി മരിച്ചെന്ന വാർത്ത നാടിനെയാകെ ദുഃഖത്തിലാഴ്ത്തി.

ആകാശം പിന്നെയും മുടിയുലച്ചാടിക്കൊണ്ടേയിരുന്നു. വെള്ളം ഉടനെയിറങ്ങുമെന്ന പ്രതീക്ഷയറ്റു. ജീവിതം അങ്ങനെ പോകേ മഴ നിലച്ചു. ആകെയുണ്ടായിരുന്ന ജലസ്രോതസ്സ് അടഞ്ഞു. കുടിവെള്ള വിതരണമില്ല. ബോർവെല്ലിൽ നിന്ന് വെള്ളമടിക്കാൻ കറന്റില്ല. അടുത്തൊരു പറമ്പിൽ നിർമ്മാണത്തിലിരിക്കുന്ന പുരയിടത്തിൽ കിണറുണ്ട്. പക്ഷേ വെള്ളം കോരാനുള്ള സംവിധാനങ്ങളില്ല. ബക്കറ്റ് തന്നും കപ്പി തന്നും ആരൊക്കെയോ സഹായിച്ചു. പ്രതിബന്ധങ്ങളെ യൊക്കെ തരണം ചെയ്ത് എങ്ങനെയൊക്കെയോ ജീവിതം മുന്നോട്ട് ഓടുന്നു. പതിനെട്ടാം തിയതി രാവിലെ നോക്കുമ്പോ വെള്ളത്തിന്റെ നിലയിൽ അനക്കമില്ല. ഇറക്കത്തിനുള്ള ഒരുക്കമാണ്. എല്ലാവരും വീട്ടി ലേക്കുള്ള വഴി തെളിയുന്നതും കാത്തിരിപ്പായി. എവിടെയൊക്കെയോ വഴികൾ തെളിഞ്ഞു. ചേട്ടനും ഭാര്യയും വീടിന്റെ അവസ്ഥ നോക്കാൻ പോയി നിരാശരായി മടങ്ങി. അടുക്കളയിലെ വീട്ടുപകരണങ്ങളും പാത്ര ങ്ങളും അകത്തെ കസേരകളുമൊക്കെ ചെളിയിൽപുതഞ്ഞ് ഗേറ്റിൽ തട്ടി നിൽക്കുന്നു. എത്ര ദിവസം കഴിഞ്ഞാലാണ് തിരിച്ചപോയി സാധാരണ ജീവിതം തുടങ്ങാനാവുകയെന്നൊരു നിശ്ചയവുമില്ലാത്ത അവസ്ഥ. എവിടെ തുടങ്ങണം എങ്ങനെ തുടങ്ങണം എന്നറിയാതെ നിരാശയോടെയുള്ള മടക്കം. വീട് ശോകമൂകമായി. എല്ലാവർക്കും വീടുവീടാക്കാനുള്ള തത്രപ്പാട്. എന്നും രാവിലെ പ്രതീക്ഷയോടെയുള്ള

തുടക്കവും വൈകുന്നേരത്തെ നിരാശയോടെയുള്ള മടക്കവും.

മലവെള്ളമിറങ്ങാൻ തുടങ്ങിയതോടെ അത്ഭുതം പോലെ കിണറ്റിലെ ജലനിരപ്പം പെട്ടെന്ന് താഴേക്ക് പോയി. തൊണ്ണൂറ്റഞ്ച് വയസ്സായ വല്യമ്മയും രണ്ട് വയസ്സായ കുട്ടിയും അവരുടെ ആവശ്യങ്ങളും ഭക്ഷ്യസാധനങ്ങളുടെ ഇല്ലായ്മയും, വെള്ളമില്ലായ്മയും. ജീവിതം അത്ര എളുപ്പമല്ലാതായിക്കൊണ്ടിരുന്നു. ജങ്ഷനിൽ ചെന്ന് അന്വേഷിച്ചാൽ മോട്ടോർ പമ്പ് കൊണ്ടുവന്ന് വെള്ളമടിച്ച് തരുന്നവരെ കണ്ടുകിട്ടും എന്നാരോ പറഞ്ഞത് കേട്ട് അങ്ങോട്ടോടി. ഒരു ലിറ്റർ മണ്ണെണ്ണ കൊടുത്താൽ മുൻഗണനാക്രമത്തിൽ എത്താമെന്നവർ ഉറപ്പുതന്നു. മണ്ണെണ്ണയ്യായി വീടുകൾ പലത് കയറിയിറങ്ങി അവസാനം കിട്ടിയ അര ലിറ്റർ മണ്ണെണ്ണയുമായി തിരിച്ചെന്നെങ്കിലും മുൻഗണനാ ലിസ്റ്റിൽ പെടാതെ നിരാശയോടെ മടങ്ങേണ്ടി വന്നു. ജലക്ഷാമം കൊണ്ട് പൊറുതിമുട്ടുന്ന പ്രദേശങ്ങളിൽ താമസിക്കുന്നവരുടെ നിത്യജീവിതത്തെ മനസ്സിലോർത്ത് ആശ്വസിക്കാൻ ശ്രമിച്ച ഞാൻ.

കടകളൊന്നും തുറന്നുതടങ്ങിയില്ല. പല വഴികളിൽ നിന്നും വെള്ളമിറ ങ്ങി പോയിട്ടില്ല. പുറത്ത് നിന്നും ചരക്കവാഹനങ്ങൾ വന്നു തുടങ്ങിയില്ല. വീടാകെ മൂകമായിരിക്കുന്നൊരു നേരത്ത് ഒരു കാറ് വന്ന് വീട്ടുപടിക്കൽ നിന്നു. അത്ഭുതപ്പെട്ടുപോയി ഞാൻ. പാലാരിവട്ടത്ത് നിന്ന് ഫ്രാങ്കാണ്, പ്രിയ സുഹൃത്ത്. എത്രയോ ദിവസമായി പുറത്തുനിന്നൊരു വാഹനം ഈ വഴിയിലേക്ക് കടന്നെത്തിയിട്ട്.

"എങ്ങനെയെത്തി?" ഞാൻ അത്ഭുതംകൊണ്ടു.

"എങ്ങനെയൊക്കെയോ"

പലവ്യഞ്ജനങ്ങളും പച്ചക്കറികളുമടങ്ങിയ സഞ്ചികൾ തൂക്കിയെടുത്ത് അകത്ത് വച്ചുകൊണ്ട് ഫ്രാങ്ക് ചിരിച്ചു. എന്റെയുള്ളില്ലുറിയ കണ്ണുനീരൊ ക്കെയും ഉരുണ്ടുകൂടിയത് നെഞ്ചിനകത്തായിരുന്നു. എത്രയോ അവസ രങ്ങളിൽ ഞാനീ കരുതൽ കണ്ടിട്ടുണ്ടെങ്കിലും എനിക്കിപ്പോഴും അത്ഭുത മാണ്. എത് നിമിഷമാണോ ഫ്രാങ്കിന്റെ മനസ്സിൽ ഈ ചിന്തയുദിച്ചത്.

"ഷാജിച്ചേട്ടനങ്ങോട്ട് പോന്നിട്ടുണ്ട്. വെണ്ണലയ്ക്ക്. മാള, അഷ്ടമിച്ചിറ, കാസർഗോഡ് വഴി ലോകം ചുറ്റി അവിടെയെത്തിയെന്ന് വിവരം കിട്ടി."

ബന്ധങ്ങളെത്ര വിചിത്രമാണ്, ചിന്തകളും. ഇന്റർനെറ്റും കറന്റുമി ല്ലാത്ത ജീവിതം ദുസ്സഹമായതിനാൽ കിട്ടിയ ആദ്യ അവസരത്തിൽ സഹോദരങ്ങളുടെ അടുത്തേക്ക് രക്ഷപ്പെട്ടതാണ്. എന്നെയിവിടെ ഉപേക്ഷിച്ച് പോയതല്ല. പോരുന്നോ എന്ന് ചോദിച്ചിരുന്നു. പക്ഷേ ഇവരെയൊക്കെ ഉപേക്ഷിച്ച്രക്ഷപ്പെടുക എന്ന ചിന്ത പോലും എനിക്ക്

സങ്കല്പിക്കാനാവുകയില്ലായിരുന്നു.

ഓഫീസിലേക്കുള്ള വഴി തെളിഞ്ഞു. യാതൊരു കാരണവശാലും ഹാജരാകാതിരിക്കരുത് എന്ന ഉത്തരവും വന്നു. ആദ്യ യാത്രയാണ്, ആദ്യ കാഴ്ചയും. റോഡിനിരുവശവും തകർന്നടിഞ്ഞ മതിൽക്കെട്ടുകൾ. വീട്ടുമുറ്റങ്ങളിലും റോഡരികുകളിലും ചെളിയിൽ പുതഞ്ഞ ഗൃഹോപകര ണങ്ങൾ. ഓരോ വീടുകളും ഓരോ സങ്കടക്കാഴ്ചകൾ. എന്റെ കവിളുകൾ കണ്ണീരാൽ നനഞ്ഞു. ഓഫീസിലെത്തുമ്പോൾ ഒരു വശത്ത് ഇനിയും ഒഴിഞ്ഞുപോയിട്ടില്ലാത്ത ക്യാമ്പ് നിവാസികൾ. അവരുടെ ദൈന്യത മുറ്റിയ മുഖങ്ങളും വീങ്ങിയ കണ്ണുകളും. പറഞ്ഞാലും പറഞ്ഞാലുമൊടുങ്ങാ ത്ത നൊമ്പരങ്ങളും നെഞ്ചൊപ്പം വെള്ളത്തിൽനീന്തി രക്ഷപ്പെട്ടതിന്റെ ആശ്വാസനിശ്വാസങ്ങളും. വെള്ളമിറങ്ങിപ്പോയിട്ടും വീട്ടിലേക്ക് തിരിച്ച പോകാൻ മനസ്സുവരാതെ പേടിച്ചരണ്ട് ചത്ത കണ്ണുമായി ജീവിക്കുന്നവർ.

കൂടെ ജോലിചെയ്യുന്നവർക്കൊക്കെയും പറയാനുള്ളത് സങ്കട ക്കഥകളാണ്. ഉറങ്ങിക്കിടക്കുമ്പോൾ പതുങ്ങിവന്ന് കട്ടിലിന് താഴെ ആധിപത്യം സ്ഥാപിച്ച വെള്ളം. വീടിന് പുറത്തേക്ക് കടന്ന് രക്ഷപ്പെ ടാൻ നോക്കുമ്പോ അകത്തേക്ക് തല്ലിയലച്ച് കേറി വന്ന് ഭീഷണി മുഴക്കിയ വെള്ളം. താഴത്തെനിലയും കടന്ന് മുകളിലേക്കെത്തി അവിടത്തെ സീലിംഗ് ഫാനും ചുഴറ്റിയെറിഞ്ഞ വെള്ളം. വെള്ളത്തെ പേടിച്ച് മുകളിൽ കയറി കുടുങ്ങിപ്പോയ ജീവിതങ്ങൾ. ഉപേക്ഷിക്കപ്പെട്ട് ഒലിച്ചുപോയ കന്നുകാലികൾ. നശിച്ചുപോയ കൃഷിയിടങ്ങൾ. ഒരുകാ ലത്ത് കാത്തുകാത്തിരുന്ന് വരവേറ്റിരുന്ന മലവെള്ളം പാത്തിരുന്ന്, പതുങ്ങിയിരുന്ന് ഇരുവശത്തുനിന്നും ചാടി വീണ് സംഹാരതാണ്ഡവ മാടിയതിന്റെ കഥകളിവിടെ തീരുന്നില്ല. ഒരിക്കലും മരിക്കാത്ത ഓർമ്മ കളായവയൊക്കെ മനസ്സിൽ തിങ്ങുകയാണ്. ഓരോ പേമാരിക്കുമൊപ്പം തിടംവച്ച് പെരുകുകയാണ്.

നാട്യങ്ങളില്ലാത്ത കൂട്ടരോടൊപ്പം

ന്ദ്രികച്ചേച്ചി കഥ പറയുകയാണ്. പറഞ്ഞാലും പറഞ്ഞാലും തീരാത്ത നോവിന്റെ കഥകൾ. മുറ്റത്തെ ഒഴിഞ്ഞ കോഴിക്കൂട് ചൂണ്ടിക്കാട്ടിയാണ് കഥപറച്ചിൽ തുടങ്ങിയത്. സർക്കാരീന്ന് കിട്ടിയ 100 കോഴികൾ. എല്ലാം കൊത്തുകോഴികൾ. എല്ലാംകൂടെ കൊത്തിട്ട് ചത്ത് തീർന്നു. ഒരു ചാക്ക് തീറ്റയ്ക്ക് രണ്ടായിരത്തിന് മേലെ വില. അത് രണ്ടാഴ ത്തേക്കേ തികയൂ. മുട്ടയ്ക്ക് കിട്ടുന്നത് രണ്ട് രൂപ. കോഴിക്ക് തീറ്റ കൊടുത്തു കൊടുത്ത് കഴുത്തിലെ മാലേം പോയെന്ന് പറഞ്ഞ് കഴുത്തിലെ കറുത്ത ചരടിൽ കോർത്ത ഏലസ്സിൽ വിരലുകൾ ചേർത്തു.

രണ്ടുകൊല്ലം മുമ്പ് കിട്ടിയ കുരുമുളകുവള്ളികൾ തിരിയിട്ട് കിടക്കുന്നു. ഇക്കൊല്ലം കിട്ടിയ വള്ളികൾ നടാൻ സഹായത്തിനായി ഉടുമ്പൻചോ ലയിൽ നിന്ന് സഹോദരനെ വിളിച്ച വരുത്തിയിട്ടുണ്ട്. കുരുമുളക് വള്ളികൾ പ്രതീക്ഷയ്ക്ക് വക നൽകുന്നുണ്ട്.

പത്തിരുപത്തഞ്ച് കൊല്ലം മുമ്പ് കിട്ടിയ കോൺക്രീറ്റ് വീട് മഴപെ യ്യാൽ ചോർന്ന് ഒരുതുള്ളിയൊഴിയാതെ വീണ് അകം നിറയും. ചോരാത്തിടം ഒന്നേയുള്ളൂ. മുളഞ്ചീന്തുകളും ഇല്ലിയിലകളും കൊണ്ടു തീർത്തൊരു കുഞ്ഞടുക്കള. വീടിന്റെ അറ്റകുറ്റപ്പണിക്ക് സർക്കാരിൽ നിന്ന് ഫണ്ടനുവദിച്ചിട്ടുണ്ട്. താത്ക്കാലികമായി താമസം മാറാനൊരു മുളങ്കുടൊരുക്കുന്നുണ്ട് ചേച്ചിയും അനിയനും കൂടി.

മുളകൾ ചീന്തിയൊതുക്കി ഭംഗിയുള്ള മറകളുണ്ടാക്കി, ഇല്ലിയില മേഞ്ഞതിൽ മുളങ്കമ്പുകൾ കോർത്തൊരു മേൽക്കൂര. കുരയ്ക്കുള്ളിൽ വിറ കൂട്ടി കത്തിച്ചിരിക്കുന്നു. മേൽക്കൂരയ്ക്ക് പുകയിടുന്നതാണ്. പുകയേറ്റ് ഇല്ലിമുളംകൂട് ബലപ്പെടും. കോൺക്രീറ്റവീടിന്റെ കുഞ്ഞ് മുളയട്ടക്കള പുകകൊണ്ട് കറുത്ത് നല്ല ബലപ്പെട്ടിരിക്കുന്നു. മേയാനുള്ള ഇല ശേഖരിക്കുന്നതിനും പ്രത്യേക കാലമുണ്ട്. നിലാവുള്ള ദിവസങ്ങളിൽ

 കമലവിലാസ് കൺമഷി

മേയാനുള്ള ഇലയെടുക്കരുത്. ഇലകളിൽ കുത്തുവീഴും.

പുതിയ മുള്ളങ്ങട് കണ്ടിട്ടെനിക്കതിലൊരന്തിയുറങ്ങാൻ കൊതി തോന്നി. പതിവായി മുറ്റത്തെയ്യുന്ന ആനകളെ ഓർത്താൽ ഉള്ളൊന്നു കിടുങ്ങും. കൃഷിയൊന്നും ചെയ്യാനാവാത്ത അവസ്ഥയായിരിക്കുന്നു. ഓടിച്ചാലും പടക്കം പൊട്ടിച്ചാലും പോവില്ലെന്നായിരിക്കുന്നു.

കുന്നോളമുണ്ട് ആവലാതികൾ. ഉള്ളം പൊള്ളുന്ന ഓർമ്മകൾക്കൊ പ്പം ചിലങ്കകെട്ടി പാഞ്ഞുവരുന്നുണ്ട് ചിരിച്ചിട്ടും ചിരിച്ചിട്ടും മതിവരാതെ കുറേ ചിരിയോർമ്മകളും.

ചന്ദ്രികച്ചേച്ചി പിന്നെയും പിന്നെയും ഓർത്തെടുക്കുകയാണ്. റേഷനരി കിട്ടും മുമ്പുള്ള കാലം. അരിയെന്തെന്നറിയാത്ത കാലം. കാട്ടുകിഴങ്ങുകൾ പറിച്ചെടുത്ത് കനലിൽ ചുട്ട തിന്നിരുന്ന കാലം. പല തരം കിഴങ്ങുകൾ വിശപ്പാറ്റിയിരുന്ന കാലം. ചന്ദനക്കിഴങ്ങ് കനലിൽ ച്ചുട്ടെടുക്കുമ്പോഴത്തെ കൊതിയേറും സുഗന്ധം കാടാകെ പരക്കുമത്രേ... കാട്ടുകിഴങ്ങുകൾ മാത്രം തിന്ന് ജീവിച്ച കാലം ചന്ദ്രികച്ചേച്ചിയുടെ ഓർമ്മകളിൽ കോരിയിട്ട പുളകം കേൾവിക്കാരായ ഞങ്ങളുടെ നാസാ രന്ധ്രങ്ങളെയും തുളച്ച് കടന്നുപോയി. ഒരിക്കലും മറക്കാനാകാത്ത വിധ ത്തിലായിരുന്ന അതിന്റെ പാചകവർണ്ണന. ഒരു തെങ്ങിൻ തടിയോളം വണ്ണമാണ് കൈയളവിൽ കാണിച്ച തന്നത്. വെട്ടിപ്പിളർന്ന് ചീളക ളാക്കി കനലിൽച്ചുട്ടും. കിഴങ്ങിന താഴെയും മുകളിലും കനലെരിയും. വേവുമ്പോൾ കാടാകെ പരക്കും കൊതിയ്യേറും ഗന്ധം. വെന്ത കിഴങ്ങെ ടുത്ത് ചുറ്റിനുമുള്ള കരി ചീകിക്കളഞ്ഞ് ഉൾഭാഗമെടുത്താലതിന്റെ രുചി പറയാവതല്ലത്രേ...

പിന്നെയുമുണ്ട് കാട്ടുവിഭവങ്ങൾ. പനന്നൂറ്, കുവന്നൂറ് എന്നിങ്ങനെ ചതച്ച് നീരെടുത്ത് ആറ്റിയെടുക്കുന്ന പൊടികൾ. പനയുടെ തടി ചതച്ച റ്റിയെടുത്ത ഉള്ളിത്തൊലിയുടെ നിറമുള്ള പൊടിയും കസ്തൂരി മഞ്ഞളെടു ത്ത് (മുഖത്തിടുന്ന കസ്തൂരി മഞ്ഞളെന്ന് പറഞ്ഞെങ്കിലും നമ്മളിതുവരെ കരുതിപ്പോന്ന കസ്തൂരിമഞ്ഞളല്ല അത്) ചതച്ചറ്റിയെടുത്ത ഇളം മഞ്ഞ നിറത്തിലുള്ള പൊടിയുമൊക്കെ ഇപ്പോഴും അടുക്കള ശേഖരത്തിലുണ്ട്. വെറുമൊരു കൗതുകത്താൽ സാമ്പിളുകൾ രുചിച്ച നോക്കി രുചിയറി യാതെ കഴഞ്ഞുപോയി ഞാൻ. ഇനിയൊരിക്കൽ പോകുന്നെങ്കിൽ ചന്ദ്രികച്ചേച്ചിയോടൊപ്പം പനന്നൂറിന്റെ പലഹാരമുണ്ടാക്കി കഴിക്കണം.

എന്നേക്കാൾ നാലോ അഞ്ചോ കൊല്ലം മുമ്പ് ജനിച്ചയാളുടെ ഇരുൾ ജീവിതം മനസ്സിൽ കോരിയിട്ട ഇരുട്ടൊക്കെയും ചന്ദ്രികച്ചേച്ചിയുടെ ചിരിയിൽ വെട്ടമായി പുനർജ്ജനിച്ചു. എന്തൊരു ചിരിയാണ്. മുലക്,

മല്ലി എന്നീ സുഗന്ധദ്രവ്യങ്ങളോ പലവ്യഞ്ജനങ്ങളോ ഒന്നും അറിഞ്ഞി
ട്ടില്ലാത്ത, കണ്ടിട്ടില്ലാത്ത, കാലത്തെ പാചകരീതികൾ ഒന്നൊന്നായി
പിന്നെയും വന്നുകൊണ്ടിരുന്നു. ഞണ്ടും മീനും കാട്ടുമുയലും മാനമൊക്കെ
പിടിച്ച് ഇറച്ചിയാക്കി കാട്ടിഞ്ചി പറിച്ച് കുത്തിപ്പിഴിഞ്ഞ നീരൊഴിച്ച്,
കാപ്പിക്കുരുവിനേക്കാൾ വലിപ്പമുള്ള കാട്ട കുരുമുളക് ചതച്ചിട്ട് വേവിച്ച്
കഴിച്ചിരുന്ന കാലം.

ഷോളയാർ ഡാമിന്റെ പണിയ്ക്കായി പറമ്പിക്കുളത്ത് നിന്നും അതിരപ്പി
ള്ളിക്ക് പറിച്ചനടപ്പെട്ട കാടർ ഗോത്രവിഭാഗക്കാരുടെ കുഞ്ഞിപ്പെണ്ണായി
അന്ന് വന്നുചേർന്ന അഞ്ചുവയസ്സുകാരിയാണ് ഇന്നത്തെ ചന്ദ്രികച്ചേച്ചി.
മരത്തൊലി ചതച്ച് ചുറ്റി നാണം മറച്ചിരുന്ന കാലത്തെയും മറക്കാതെ
ഓർത്തെടുത്ത് പറയുന്നതിന്നിടെ ഓടിപ്പോയി, കഴിഞ്ഞകൊല്ലം രാഷ്ട്ര
പതി ദ്രൗപതി മുർമ്മു നേരിൽ സമ്മാനിച്ച സുന്ദരമായൊരു നെയ്സാരി
കാണിച്ചുതരാനും മറന്നില്ല. കഴിഞ്ഞ ജൂണിൽ കേരളത്തിലെ വിവിധ
ഗോത്ര വർഗ്ഗക്കാരുടെ പ്രതിനിധികളായി രാഷ്ട്രപതിയെ കാണാൻ
പോയ ആറുപേരിൽ ഒരാളായി ചന്ദ്രികച്ചേച്ചിയും പോയിരുന്നു. ആറുവ
രിൽ ഒരാൾക്കേ രാഷ്ട്രപതിയ്ക്ക് ഹസ്തദാനം കൊടുക്കാൻ അവസരമുണ്ടാ
യിരുന്നുള്ളൂ. ആ ഭാഗ്യം കിട്ടിയ ഏക താരകം നമ്മുടെയീ താരക തന്നെ.

കാടിറങ്ങി മലയിറങ്ങി മൺകുടത്തിൽ വെള്ളമെടുക്കാൻ പോയ
കുഞ്ഞിപ്പെണ്ണ് കുടത്തിന്റെ മൂട്പൊട്ടി തലയുള്ളിലായി കുടുങ്ങിപ്പോയതും
കണ്ണ് കാണാതഴറിയതും ഒടുവിലാരോ കൈപിടിച്ച് വീട്ടിലെത്തിച്ചതും
തലയില്ലാത്തൊരു കുഞ്ഞിപ്പെണ്ണ് അമ്മേ.. അമ്മേ... എന്ന് വിളിച്ച
പ്പൊ തലകാണാതമ്മ നീയെവിടെന്ന് ചോദിച്ചതും തനിയെ പോയി
പുഴയിൽ മുങ്ങിയതിന് കലമ്പിയതിന്റെ കലിപ്പിൽ ഡാം സൈറ്റിലെ
ഉദ്യോഗസ്ഥന്റെ വീട്ടിൽ ജോലിക്കുപോയതുമൊക്കെ പറയുമ്പോൾ
ചന്ദ്രികച്ചിരിയുടെ രുവെള്ളികിലുക്കത്തിനൊപ്പം ചിരിക്കാനെന്ത്
രസമായിരുന്നു. ഡെല്ലിക്ക് വിമാനം കയറിയതിന്റെ ചിരിയോർമ്മകൾ
വന്നെന്നിലിപ്പഴും ചിരി നിറയ്ക്കുന്നു. ആറുവരെ മേയ്ക്കാൻ സർക്കാർ ചുമത
ലപ്പെടുത്തിയവരിൽ ചന്ദ്രികച്ചേച്ചിയുടെ മകളും ഫോറസ്റ്റ് ഗൈഡുമായ
ഷൈലയുമുണ്ടായിരുന്നു. സ്വന്തം അമ്മയ്ും സ്വന്തം ഊരുമൂപ്പനും
മദ്യമില്ലാത്ത ദിനങ്ങളില്ലെന്ന് ഷൈലയ്ക്ക് ഉറപ്പായിരുന്നു. ഔദ്യോഗി
കച്ചുമതലയാണ്, അതിൽ കളിയില്ല. അലമ്പില്ലാതെ കൊണ്ടുപോയി
തിരികെയെത്തിക്കുക എന്നത് ഭാരിച്ച ഉത്തരവാദിത്തമാണ്. മൂപ്പൻ
മദ്യം ചെന്നാൽ അലമ്പാണ്. അമ്മ അലമ്പില്ലെങ്കിലും പ്രശ്നം തന്നെ.
ഷൈല വലിയൊരു ഓഫർ വച്ചു. പ്രശ്നങ്ങളില്ലാതെ മടങ്ങിയെത്തി നെട്ട
മ്പാശ്ശേരി വിട്ട് ചാലക്കുടിയായാൽ സ്വന്തം ചെലവിൽ മതിയാവോളം

മദ്യം. അലമ്പോടലമ്പലിനും അനുമതി. രണ്ടാളും കരാറിന് വഴങ്ങി. അങ്ങനെ സ്വന്തം കാശിറക്കി ഏറ്റവും ഡിസിപ്ലിന്റ് ടീമെന്ന ബഹുമതി ഷൈല നേടിയെടുത്തു.

മദ്യത്തെ വരുതിയിൽ നിറുത്താമെങ്കിലും പുകയിലയെ മാറ്റി നിറുത്തുക എന്നത് ചന്ദ്രികച്ചേച്ചിക്ക് സങ്കല്പിക്കാനാകുന്നില്ല. നേരാം വിധമത് കൊണ്ടുപോകാനനുമതിയും കിട്ടുന്നില്ല. അവസാനം ഐഡിയ മിന്നി. സ്വന്തം മുടിക്കെട്ടിനുള്ളിൽ പുകയിലച്ചുരുൾ തിരുപ്പനാക്കി ചേർ ത്ത്കെട്ടി അന്തസ്സോടെ വലയം ചാടിക്കടന്നു ചന്ദ്രികച്ചേച്ചി. വീരസാ ഹസകഥകൾ പറഞ്ഞുള്ളയാ കൂട്ടച്ചിരിയിൽ ഞങ്ങൾ കൂട്ടുകാരായി.

ഞങ്ങൾ പുത്തൻവേലിക്കര കമ്മ്യൂണിറ്റി റിസോഴ് സെന്ററിൽ നിന്ന് കാടറിയാൻ, പുഴയറിയാൻ EQUINOCT മായിച്ചേർന്നോരു യാത്ര പോയതായിരുന്നു. ഇനിയും വരുന്നുണ്ട് ചന്ദ്രികച്ചേച്ചിയെ കാണാനെന്ന് പറഞ്ഞു പിരിയുമ്പോൾ മനസ്സുറപ്പിച്ചു, ഇനി വരുന്നതെന്റെ നിലാപ ക്ഷിക്കൂട്ടം ഒന്നിച്ച്. അന്ന്, കൈകോർത്തുപിടിച്ചാ കാട്ടുചോലയിലിറങ്ങി പാട്ടുപാടിയൊന്ന് മുങ്ങി നിവരണം. കാടുമൊത്താ കാടിന്റെ നിശബ്ദ യ്ക് കാതോർക്കണം. കാടിന്റെയീണത്തിലലിയണം. കാട്ടുകിഴങ്ങുകൾ ആർത്തിയോടെ തിന്നണം. നാട്യങ്ങളൊക്കെ വെടിഞ്ഞിത്തിരിനേര മെനിക്കുമൊരു കാടത്തിയാകണം.

പേടി

ഞാനാകെ പേടിച്ചപോയി അന്ന്.

എനിക്കോ.. മരണത്തെ പേടി എനിക്കോ .. ഞാൻ എന്നിൽത്തന്നെ അവിശ്വാസിയായി. ജീവിതം വല്ലാതെ ബോറടിക്ക മ്പോഴൊക്കെ ഏറ്റവും സുന്ദരമായൊരു സ്വപ്നമായി ക്കൂട്ടിരിക്കാൻ വരുന്ന സുഹൃത്ത്. കാത്തിരുന്നാൽ വരാതിരിക്കില്ല എന്നുറച്ച വിശ്വസിക്കാവു ന്ന സുഹൃത്ത്. ആ സൗഹൃദത്തെയോർത്താണോ ഞാൻ പേടിച്ചത്? മരിക്കാൻ ഇതിനേക്കാൾ നല്ല സമയമില്ല എന്നാണ് ഞാൻ കരുതു ന്നത്. ജീവിതം ഇത്രമേൽ സുന്ദരമായ നാളുകൾ വേറെയുണ്ടായിട്ടില്ല. അടക്കാനാവാത്ത ആധിയുടെ നാളുകൾ ഇനിയും വന്നുകൂടെന്നില്ലല്ലോ. ആ പേടിയുള്ളതുകൊണ്ടാണ് ഞാൻ ആനന്ദിക്കണമെന്നോ, ആശ്വ സിക്കണമെന്നോ തോന്നുമ്പോഴൊക്കെ മരണത്തെ സ്വപ്നം കണ്ട് മനസ്സിനെ പ്രതീക്ഷാനിർഭരമാക്കി വയ്ക്കുന്നത് ഒരു ശീലമാക്കിയത്.

എനിക്കുവേണ്ടി ആഘോഷിക്കപ്പെടാവുന്ന ഏറ്റവും നല്ല ദിവസം അതുതന്നെ. എത്രയേറെ പ്രിയപ്പെട്ടവരായിരിക്കും എന്നോടൊപ്പം പങ്കിട്ട സുന്ദരനിമിഷങ്ങളോർത്തെടുത്ത് താലോലിക്കുക. ഒരേ താളത്തിൽ ചിരിച്ച നിമിഷങ്ങൾ. ഒന്നിച്ചുള്ള യാത്രകൾ, ഒന്നിച്ചു കണ്ട കാഴ്ചവിസ്മയങ്ങൾ, ഒന്നിച്ചു കണ്ട സ്വപ്നങ്ങൾ, ഒന്നിച്ചു കൂട്ടിയ കലപി ലകൾ, ഒന്നിച്ചറിഞ്ഞ രുചിവിസ്മയങ്ങൾ, ഒന്നിച്ചുള്ള വാഗ്വാദങ്ങൾ, ഒന്നിച്ചു കണ്ട സിനിമകൾ, ഒന്നിച്ചളിയിട്ട തിരക്കുകൾ, ഒന്നിച്ച പങ്കുത്ത ആവലാതികൾ, കലവറയില്ലാതെ കൊടുത്ത വാത്സല്യങ്ങൾ, പങ്കുത്തി ട്ടും പങ്കുത്തിട്ടും മതിവരാത്ത സ്നേഹോഷ്മളതകൾ അങ്ങനെയങ്ങനെ എണ്ണമറ്റ എത്രനല്ല നിമിഷങ്ങളാണ് ഓരോ മനസ്സിലും ഉയിർത്തെണീ ക്കുക. നാട്ടിലെ പൊതുവിടങ്ങളിൽ അവിചാരിതമായി കണ്ടുമുട്ടി പുതുക്കി യിട്ട സൗഹൃദമുഖങ്ങൾ. ഇനിയും കണ്ടുമുട്ടാത്തവരാരെങ്കിലുമുണ്ടെങ്കിൽ

അവരുടെ മനസ്സിലും തെളിയുമായിരിക്കും മനസ്സിൽ വരച്ചൊരു തെളി
ച്ചമില്ലാത്ത ചിത്രം. ഇതൊന്നും ഇത്ര തീവ്രതയിൽ എന്നും നിന്നുകൊ
ള്ളണമെന്നില്ല. അതുകൊണ്ടുതന്നെ മടക്കയാത്രയ്ക്ക് ഇതിനേക്കാൾ
ഉചിതമായ സമയമില്ല. എന്റെ ഇല്ലായ്മയാൽ ആരുംതന്നെ ചിറകറ്റ
പോകാനില്ലാത്ത സമയം. നന്നായി, ഇനിയും കഷ്ടപ്പെടുത്താതങ്ങെട്ട
ത്തല്ലോ എന്ന സമാശ്വാസക്കുറിപ്പിടാനും അവസരമില്ലാത്ത സമയം.

എന്നിട്ടും ഞാൻ പേടിച്ചു. 37 കൊല്ലം മുമ്പ് രാവിലെ വീട്ടിൽ നിന്ന്
ആശുപത്രിയിലേക്ക് ഇറങ്ങുമുമ്പായി ഞാൻ കൊടുത്ത പ്രാതലിന്റെ
പ്ലേറ്റ് അച്ഛന്റെ കൈയിൽ നിന്നും താഴേക്ക് വീണുപോയത് ആ
നിമിഷം ഞാനോർത്തുപോയി. പ്രിയപ്പെട്ടവർക്കായി സമ്മാനിക്കാൻ
കരുതിവച്ച പുഞ്ചിരിപ്പുക്കൾ കൊതിയോടെതന്നെ വാടിക്കരിഞ്ഞുപോ
കുമോ എന്ന് മനസ്സൊന്ന് പിടഞ്ഞു. പ്രിയപ്പെട്ട ശബ്ദങ്ങൾ ഒന്നുകൂടി
കേട്ടിട്ടിറങ്ങാമായിരുന്നെന്ന് വെറുതെ കൊതിച്ചു. കൊച്ചമ്മയെ വിളിച്ച്
ഒന്നുംല്ലെന്ന് പറഞ്ഞാലോ എന്നോർത്ത് ഫോൺ ഡയൽ ചെയ്യെങ്കിലും
ഒന്നുംല്ലെന്ന് പറഞ്ഞ് അവരുടെ സമാധാനം കെടുത്തി ആശുപത്രിയി
ലേക്കെത്തിക്കേണ്ടെന്ന് കരുതി അത് കട്ട് ചെയ്തു.

സത്യത്തിൽ ഒന്നുമില്ലായിരുന്നു. അന്നൊരു ബുധനാഴ്ചയായിരുന്നു.
അതിന് മുമ്പത്തെ വ്യാഴാഴ്ചയായിരുന്നു എന്റെ തൈറോയ്ഡ്ഗ്രന്ഥി
യും അതിനോട് ചേർന്ന സാമാന്യം വലിപ്പമുള്ളൊരു മുഴയും നീക്കം
ചെയ്യുന്ന സർജറി നടന്നത്. ക്യാൻസർ ആയിരിക്കാം എന്ന സംശയം
ശക്തമായി പറയുന്ന റിപ്പോർട്ടുകളിലെ മാനങ്ങൾ അതുറപ്പാണെന്ന്
പറയുമ്പോഴും ഡോക്ടർ പറഞ്ഞു. ''നമ്മളത് തെളിയിക്കേണ്ടിയിരിക്ക
ന്നു.'' അതെ ഏത് ആക്രമണങ്ങൾക്കും തെളിവാണല്ലോ പ്രധാനം.
തെളിവിനായി കോശഭാഗങ്ങൾ വിദഗ്ധപരിശോധനയ്ക്ക് പോയി.

സർജറിക്ക് മുമ്പ് വോക്കൽകോർഡ് പരിശോധിച്ച് നല്ല ജഗജി
ല്ലിയായിരിക്കുന്നു എന്ന റിപ്പോർട്ട് കിട്ടിയിരുന്നു. മൂന്ന് മണിക്കൂർ
നീണ്ടുനിന്ന സർജറിക്ക് ശേഷം പിന്നെയും ഏഴു മണിക്കൂർ കഴിഞ്ഞ്
കൺതുറക്കുമ്പോൾ വീണ്ടുമൊരു പരിശോധന പോലും ആവശ്യമില്ലാ
ത്ത വിധം മധുരമായും ഉറച്ചും തന്നെ സംസാരിച്ചു തുടങ്ങിയിരുന്ന ഞാൻ.
പിറ്റേന്ന് രാവിലെ കാണുമ്പോൾ ഡോക്ടർ പറഞ്ഞു

''നന്നായി സംസാരിച്ചോളൂ. കഴുത്തും തിരിച്ചോളൂ'',

കാത്സ്യം ലെവലും ഓക്കെയാണ്. അതായത് പാരാതൈറോ
യ്ഡ്ഗ്രന്ഥിക്ക് തകരാറൊന്നും സംഭവിച്ചിട്ടില്ല എന്ന്. എനിക്ക്
എന്തെന്നില്ലാത്തൊരാനന്ദം തോന്നി. ഏറെ പേർക്കും ശബ്ദം വരാൻ

സമയമെടുക്കും എന്നായിരുന്നു കേട്ടിരുന്നത്. അവരൊക്കെയും അടുത്ത ദിവസങ്ങളിലൊക്കെ ദ്രവരൂപത്തിലുള്ള ഭക്ഷണം കഴിക്കാനാണ് വിധിക്കപ്പെട്ടിരുന്നത്. എനിക്ക് ഖരരൂപത്തിലുള്ള മൃദുത്വമുള്ള ആഹാരം തന്നെ നൽകണമെന്നും ഡോക്ടറുടെ നിർദ്ദേശം വന്നു. എന്റെ കൈകൾ സ്വതന്ത്രമായിരുന്നിട്ടും മോള് ഏറെ ശ്രദ്ധയോട്ടും സ്നേഹത്തോട്ടും നല്ല മൃദുലമായ ഇഡ്ഡലി സാമ്പാറും ചട്നിയും ചേർത്തെന്റെ വായിൽ വച്ച തന്നു. എനിക്കൊന്ന് അനങ്ങണമെന്ന് തോന്നുമ്പോഴൊക്കെ ഇരുവശ ത്തായി തൂങ്ങുന്ന ഡ്രെയിൻ ട്യൂബുകൾ താങ്ങാനായി അവളോടിയെത്തി.

എല്ലാം നന്നായിരിക്കുന്നു. നാളെ ഇതൊക്കെ അഴിച്ചുരിക്കളഞ്ഞ് വീട്ടിൽ പോകാം. കഴുത്തിലെ വലിയ പൊതിഞ്ഞുകെട്ടലും ഡ്രെയിൻ ട്യൂബുകളും കൂടിയൊഴിഞ്ഞാൽ ഞാൻ സ്വാതന്ത്ര്യത്തിലേക്ക്. എനിക്ക് എന്തെന്നില്ലാത്ത സന്തോഷം. രാത്രിയാണ് വില്ലനായി ഉമ്മലെത്തി യത്. സന്തത സഹചാരിയാണ്. ഇന്ന് നീ പോ എന്നു ഞാനെത്ര പറഞ്ഞിട്ടും പോകാതങ്ങനെ ചുറ്റിപ്പറ്റിനിന്നെന്റെ ഉറക്കം കെടുത്തി. വെളുക്കാറായപ്പോഴാണ് കണ്ണൊന്നടഞ്ഞത്. ഉണർന്നൊരെ വൈകാതെ ഡോക്ടർ വന്നു. ചുറ്റിക്കെട്ടുകളും ട്യൂബും എടുത്തുമാറ്റി. ഒരു ഭാഗത്തെ കുഴല്യ വലിച്ചുരുമ്പോൾ എനിക്ക് തലകറങ്ങുന്ന പോലെ. അടുത്ത കുഴല്യരും മുമ്പേ ഞാൻ കിടക്കയിലേക്ക് ചാഞ്ഞു. വേദനകൾ എപ്പഴ മെന്നിൽ തലകറക്കമയാണ് വരിക. പ്രസവവേദന നേരത്ത് അടുത്തു നിന്ന സിസ്റ്ററുടെ കൈയിലെ പിടിമുറുകുമ്പോൾ അവർ പറഞ്ഞിരുന്നു. വേണമെങ്കിലൊന്ന് കരഞ്ഞോള.. ഇവിടെയെല്ലാരും ഈ നേരത്ത് പാട്ടുംപാടിയാണ് വരാറുള്ളത്. എന്റെ ചിരിയും കരച്ചിലുമൊക്കെ പുറ പ്പെട്ടന്ന യന്ത്രങ്ങൾ സൈലൻസർ ചേർത്തുവച്ച നിർമ്മിക്കപ്പെട്ടതായ തുകൊണ്ട് എനിക്കന്നവരെ അനുസരിക്കാനായില്ല. അങ്ങനെ കുഴല്യരി സ്വതന്ത്രമാക്കപ്പെട്ട എന്റെ കഴുത്തിനെ ഞാൻ ഫോണിന്റെ ക്യാമറ കണ്ണിലൂടെ നോക്കി. എന്റെ അറുപത് വയസ്സെന്നെ ചതിച്ചിരിക്കുന്നു. ആ ഡോക്ടർ യാതൊരു സൗന്ദര്യബോധവുമില്ലാതെ തലങ്ങും വിലങ്ങും തെന്നിത്തെറിച്ച പോലെ ഇന്നലിട്ടിരിക്കുന്നു. പോട്ടെ സാരമില്ലെന്ന് അടുത്ത നിമിഷം ഞാനെന്നെ ആശ്വസിപ്പിച്ചു. കഴുത്തിലൊട്ടിപ്പിടിച്ച മുടിയിഴകൾ വലിച്ചുനീക്കെ ഞാനുറപ്പിച്ച കഴുത്തിനെ മുടിയിൽ നിന്നും സ്വതന്ത്രമാക്കണം.

അന്നുതന്നെ വീട്ടിലെത്തി. കൃത്യം ഒരാഴ്ച കഴിഞ്ഞ് റിവ്യൂ. ബയോപ്സി റിസൽട്ടും അന്നുതന്നെ. പിന്നെയാണ് അയഡിൻ സ്കാനും റേഡിയോ അക്ടീവ് അയഡിൻ തെറാപ്പിയും വരുന്നത്. അതിനുള്ള മുന്നൊരുക്ക മായി അയഡിൻ കലർന്ന ഉപ്പിൽ നിന്നുമാറി ഭക്ഷണക്കൂട്ടിലേക്ക്

 കമലവിലാസ് കുൺമഷി

ഇന്തുപ്പ് (Rock salt) ചേർക്കാനുള്ള നിർദ്ദേശം വന്നു. തൈറോയ്ഡ് ക്യാൻസറിനെപ്പറ്റിയും ചികിത്സയെപ്പറ്റിയും ഒരു ലേഖനമെഴുതാൻ പോന്ന തരത്തിൽ ഞാനതൊരു പാഠ്യവിഷയമാക്കി. നിങ്ങളൊരു ക്യാൻസറിനെ സ്വീകരിക്കുക എന്ന നിർബന്ധിത സാഹചര്യം നിലവിൽ വരികയും അതിന്റെ തിരഞ്ഞെടുപ്പിന് അവസരം ലഭ്യമാകുക യും ചെയ്താൽ തീർച്ചയായും രണ്ടാമതൊന്നാലോചിക്കാതെ തിരഞ്ഞെ ടുക്കാനാവും വിധം പേടിക്കാനില്ലാത്ത ക്യാൻസറാണ് തൈറോയ്ഡ് ക്യാൻസർ.

ഫോണിലെ സൗഹൃദങ്ങളെന്നെ സ്നേഹത്താൽ പൊതിഞ്ഞു. ഞാനതിൽ ഉങ്ങി ഊയലാടി. മോളോടൊപ്പം തിരുവനന്തപുരത്തേക്ക് പോകാൻ മനസ്സൊരുക്കി. അവിടത്തെ ചെറുയാത്രകൾക്ക് മനസ്സുകൊ തിച്ചു. ചുണ്ടിൽ മൂളിപ്പാട്ടുകൾ വന്നു നിറഞ്ഞു. ദിവസങ്ങൾ ആറുകഴിഞ്ഞു. കണ്ണാടിയിൽ കഴുത്തുനോക്കി. മുടി ഒന്നുകൂടി കയറ്റിവെട്ടിയതോടെ കഴുത്ത് കൊക്കിന്റേതുപോൽ നീണ്ടിരിക്കുന്നു. സാരമില്ല, സഹിച്ചിരി ക്കുന്നു, സുന്ദരികൾക്കൊക്കെ നീണ്ട കഴുത്താണല്ലോ.

അന്നൊരു ബുധനാഴ്ച. ഉത്സാഹഭരിതമായൊരു ദിവസം. പിറ്റേന്ന് റിവ്യൂ. അതിനുമുമ്പ് മൽഹാറിലെ വായനാമത്സരത്തിന് വായിച്ച് റെക്കോർഡ് ചെയ്യണം. ഉച്ചയാകട്ടെ. തലേന്ന് വെറുതെയൊരു ട്രയൽ നോക്കി തീരുമാനമുറപ്പിച്ചിരുന്നു. ഓർമ്മയെഴുത്തുമത്സരത്തിനായി എന്നിലംകൊമ്പിലെ പാട്ടുകാരെയോർത്തു. എന്തൊക്കെയോ തലേന്ന് രാത്രി കുത്തിക്കുറിച്ചിരുന്നു. അതും മുഴമിപ്പിക്കണം. വളരെ അപൂർവ്വമായി ചില നേരങ്ങളിലേ എനിക്കെന്നെ തിരിച്ചുകിട്ടുന്നുള്ളൂ. ആ നിമിഷങ്ങളി ലെങ്കിലും ചിരികളെ തേടിയിറങ്ങണം. ശേഷം പലരോടും സൗഹൃദം പങ്കുവെ. മനസ്സാകെ നിറഞ്ഞു തുളുമ്പുന്നൊരു നേരത്താണ് കഴുത്തി ന്റെ ഇടത്തേവശത്ത് അകത്തുനിന്നൊരു വേദന. ഒരു കുഞ്ഞനുറുമ്പ കടിക്കും പോലെ. സമയം 12.56. ഊണുകഴിക്കാറായല്ലോ എന്നോർത്ത് എണീറ്റനേരം കണ്ണാടിയിലൊന്നു നോക്കി. തൊണ്ട വീർത്തിരിക്കുന്നു. ഇതെന്തായിപ്പൊയിങ്ങനെ. എനിക്കൊരിഷ്ടക്കേട് തോന്നി. ഞാൻ വെരുകിനെപ്പോലെ മുറിയിൽ അങ്ങോട്ടും ഇങ്ങോട്ടും നടന്നു നോക്കി.

ആരോടെങ്കിലും പറയണോ?

വേണ്ടല്ലേ..

അല്ലെങ്കിൽ വിജിചേച്ചിയോട് (മോളുടെ mother in law. കീമോ തെറാപ്പിയുടെ മുഴുവൻ കോഴ്സും പൂർത്തിയാക്കി റേഡിയേഷന് മുഹൂർത്തം കാത്തിരിക്കുന്നയാൾ) പറയാം.

"മോളെ വിളിക്കൂ. ഡോക്ടറെ കാണണം"

"അവളാകെ തിരക്കിലാവും. എത്ര ലീവ് കഴിഞ്ഞ് പോയതാണ്. നാളെ റിവ്യു ആണല്ലോ. അപ്പൊ പറയാം".

"അയ്യപറ്റില്ല. ഇപ്പൊ പോണം. വര്യൂ.. നമുക്ക് ഊണകഴിക്കാം"

അതൊരു ശരിയായ തീരുമാനമായി എനിക്ക തോന്നി. നിരീക്ഷണ ത്തിനും തീരുമാനമെടുക്കാനും ഒരു ചെറിയ ഇടവേള കിട്ടും.

മോളെ വിളിച്ചു. ഞങ്ങൾ രണ്ടാളം അവരവരുടെ ഫോണിൽ നിന്നും വിളിച്ചു. വീണ്ടും വീണ്ടും വിളിക്കാൻ ആവശ്യപ്പെട്ടെങ്കിലും ഞാൻ വിളിച്ചി ല്ല. തിരിച്ചവിളിക്കുമല്ലോ.

ഊണ് കഴിച്ച നോക്കി. ഭക്ഷണം കഴിക്കാൻ ബുദ്ധിമുട്ടില്ല. സംസാ രത്തിനും. പക്ഷേ കഴുത്തു കൂടുതൽ വീർത്തിരിക്കുന്നു.

മോളുടെ മറുവിളി വന്നു. വിവരം പറഞ്ഞു.

"ഞാനിതാ വരുന്നു. നമുക്ക് ആശുപത്രിയിൽ പോകാം"

ശരിയെന്നുറച്ച് ഫോൺ വയ്ക്കുമ്പഴേക്കും കഴുത്ത് വീർത്തുവീർത്ത് താടിയോടൊപ്പമെത്തിയ പോലെ. ഒരു ഇരുമ്പുകവചം കഴുത്തിൽ മുറുക്കിവച്ചപോലെ. ഇനിയും വീർത്താൽ പൊട്ടുകയേ നിവൃത്തിയുള്ളൂ. തൈറോയ്ഡ് സർജറിക്ക് വിസമ്മതം പറഞ്ഞ് അത് തലയിൽ വന്ന പൊട്ടി മരിച്ചപോയ ബന്ധുവിനെയോർത്തു ഞാൻ. എത്ര നല്ല സ്ത്രീയാ യിരുന്ന അവരെന്ന് എപ്പോഴത്തെയും പോലെ അപ്പോഴുമോർത്തു. എന്റേത് കഴുത്തിൽ തന്നെ പൊട്ടുമായിരിക്കും. മോളുടെ വിളി വീണ്ടു മെത്തി.

"അമ്മ ഫയലെല്ലാം എടുത്ത് ഒരുങ്ങി നിൽക്കൂ. ഞാൻ ഊബറിൽ വരുന്നു."

എനിക്കെന്റെ വസ്ത്രം എടുക്കാനാവുന്നില്ല. കഴുത്ത് തിരിക്കാനാവു ന്നില്ല. വിജിച്ചേച്ചി എടുത്തുതന്ന ചുരിദാർ എങ്ങനെയോ ഇറക്കി കഴ ത്തിലേക്കിട്ടു. ഞാനെന്റെ അച്ഛനെ ഓർത്തു. പ്രിയപ്പെട്ടവരെ ഓർത്തു. സ്വയംപ്രഖ്യാപിത സമ്പർക്കവിലക്കുകൾ വേണ്ടിയിരുന്നില്ലെന്ന് പശ്ചാത്താപത്തോടെയോർത്തു. എത്രയെത്ര സ്നേഹച്ചിരികളാണ് വിടരാതെ കൊഴിഞ്ഞത്. ശ്ശേ, വായനാമത്സരത്തിന് രാവിലെ തന്നെ വായിക്കാമായിരുന്നു. ഇനിയിപ്പൊ ആശുപത്രിയിൽ നിന്ന് തിരിച്ച വന്നേക്കുമെന്നത് വളരെ നേർത്തൊരു പ്രതീക്ഷയാകുന്നു. അന്ന് അച്ഛനും ഇറങ്ങിപ്പോകുമ്പോൾ ഓർത്തിരിക്കുമോ ഒരു തിരിച്ചവരവുണ്ടാ വില്ലെന്ന്. അച്ഛന് എന്നപോലെ പൊട്ടിച്ചെറിഞ്ഞാൽ തെറിച്ചുവീണ്

പരിക്കേൽക്കാൻപോന്ന പാശങ്ങളാൽ ബന്ധിക്കപ്പെട്ട ബന്ധങ്ങളൊ ന്നും എന്നെ വരിഞ്ഞുമുറുക്കുന്നില്ല. സ്നേഹത്തിന്റെ മഞ്ഞുകണങ്ങളാൽ പൊതിഞ്ഞ ചില പട്ടുനൂലിഴകൾ ആർദ്രത വറ്റാതെ ചിലപ്പോളിത്തിരി കൂടുതൽ നേരം നനഞ്ഞുരുണ്ടുകിടന്ന് മരവിച്ച പോയേക്കാം. ഒന്നും സാരമില്ല.

ഊബർ തഴെ വരുമ്പോഴേക്കും ഞാൻ ഫയലെടുത്ത് താഴേക്കിറങ്ങി.

"ചേട്ടാ... എന്റെ കൂടെ ഒന്ന് താഴേക്ക് വരൂ. ഞാനൊന്ന് ഡ്രോക്ടറെ കാണാൻ പോണ്. രാഗ ഊബറിൽ താഴെയെത്തീട്ടുണ്ട്"

അങ്ങനെ ആ യാത്ര പറച്ചിലും പൂർത്തിയാക്കി. ആശുപത്രിയിലെ ത്തി അത്യാഹിത വിഭാഗത്തിലെ കിടക്കയിലേക്ക് ചായുമ്പോൾ കഠിന മായൊരു വേദന കഴുത്തിനെ പൊതിഞ്ഞു. ഞാൻ വെറുതെ മേൽപ്പോട്ട് നോക്കിക്കിടന്നു. അപ്പഴാണ് മോള് ചോദിച്ചത്.

"അമ്മയെന്താണീ ആലോചിച്ച് കൂട്ടണത്? ടെൻഷനടിക്കാതിരി ക്കൂ.."

ടെൻഷനുണ്ടായിരുന്നോ... അറിയില്ല. പക്ഷേ ഓരോരോ ചിന്തകൾ അണമുറിയാതെ പാഞ്ഞൊഴുകുന്നുണ്ടായിരുന്നു.

"മൽഹാറിലെ വായനാമൽസരത്തിന് കഥ വായിച്ച് അയയ്ക്കണമെ ന്ന് കരുതീരുന്നു. അത് രാവിലെ ചെയ്യാതിരുന്നത് അബദ്ധമായല്ലോ എന്നോർത്തതാ.." അതെ, അതും ഓർത്തു. എന്റെ അവസാനത്തെ ശബ്ദമായത് കുറേക്കാലം ചുറ്റിക്കറങ്ങിയേനെ എന്ന്.

"അമ്മയ്ക്ക് ശ്വാസം കഴിക്കാൻ പറ്റുന്നുണ്ടോ?"

സിസ്റ്റർ ചോദിച്ചു.

എനിക്കപ്പോൾ അത്ഭുതം കൊണ്ട് ശ്വാസം മുട്ടുന്നതുപോലെ തോന്നി. എന്റെ ആസ്തമാക്കാലത്തെ പോലും വിസ്മൃതിയിൽ ഉപേക്ഷിക്കാൻ പാകത്തിൽ, ഞാനറിയാതെ തന്നെ സുഗമമായി ശ്വാസോച്ഛ്വാസപ്ര ക്രിയ നടക്കുന്നുണ്ട്. തൊണ്ടയിങ്ങനെ വീർത്തുകെട്ടി തിങ്ങിമുറ്റിയിരി ക്കുമ്പോൾ ഇതെങ്ങനെ നടക്കുന്നുവെന്ന് ഞാൻ വിസ്മയിച്ചു. എനിക്ക് നന്നായി സംസാരിക്കാനാവുമായിരുന്നു എങ്കിലും എന്റെ ചുണ്ടനക്കം ശബ്ദം പുറത്തുവരാത്ത വിധം പതിഞ്ഞതായി. ആ പതിഞ്ഞ ശബ്ദ ത്തിൽ ഞാൻ പറഞ്ഞു.

"ശ്വാസം കിട്ടുന്നുണ്ട്."

സാരമില്ലെന്നേയ്

ഞാനെന്നോട് ഏറ്റവും കൂടുതൽ പറഞ്ഞിട്ടുള്ള വാക്ക് ഇതു തന്നെയാവണം. അതൊക്കെ കഴിഞ്ഞുപോയില്ലേ... ഇതൊക്കെയെങ്ങ് കഴിഞ്ഞുപോവ്വനേ... അതൊക്കെ വരുമ്പഴല്ലേ അപ്പൊ നോക്കാന്നേ.... എന്നീ കൂട്ടിച്ചേർക്കലുകളോടെ ഞാനെന്നോട് എപ്പോഴും പറയുന്ന ആശ്വാസവാക്ക്.

"ഇതിലും വലിയ കടമ്പകളെത്ര ചാടിക്കടന്നിരിക്കണ് നമ്മൾ, പിന്നല്ലേ ഇത്."

എന്ന്പറഞ്ഞൊരു കൂട്ടിപ്പിടുത്തോം.. മതി. ഇത്രയും മതി. ഇതിനോളം വരില്ല വേറൊന്നും. അപ്പൊ പറഞ്ഞു നിറുത്തിയിടത്തു നിന്നേ തുടങ്ങാം. പേടിപ്പിച്ചു നിറുത്തീന്നൊരു പക്ഷം. ഹോ.. പേടിയൊഴിഞ്ഞൂന്ന് വേറൊരു പക്ഷം. സത്യത്തിൽ പേടിയൊഴിയുകയാണ്. കഴുത്തിലൊരു ഞണ്ടിറുക്കിയ കഥയാണ്. കഴുത്ത് തുറന്ന് ഞണ്ടിനെ കൈകാലുകൾ കൂട്ടിക്കെട്ടി പുറത്തേക്കെറിഞ്ഞതും അനുസരണയോടെയത് പഞ്ചപുച്ഛ മടക്കി പശ്ചാത്താപവിവശനായി ഒഴിഞ്ഞുപോയതുമായ കഥ പറഞ്ഞു കഴിഞ്ഞല്ലോ.

അതുംകഴിഞ്ഞ് പേടിപ്പിക്കാനോടി വന്നൊരു കഴുത്തുവീർപ്പിൻ കഥ പാതി പറഞ്ഞ് ഞാൻ സമാധിയിലേക്ക് പോയിരുന്നു. അതേ.. എനിക്ക് നന്നായി ശ്വാസമെടുക്കാൻ പറ്റുന്നുണ്ടായിരുന്നു. പക്ഷേ കഴുത്തോ തലയോ അനക്കാൻ വയ്യ. കാഷ്വാലിറ്റിയിൽ നിന്നും സ്കാനിംഗ് റൂമിലേക്ക്. സ്ട്രെച്ചറിൽ തന്നെ യാത്ര. അൾട്രാ സൗണ്ട് സ്കാനിംഗിനായി യന്ത്രങ്ങളും ഞാനും തമ്മിൽ കൂട്ടിയിണക്കപ്പെട്ടു. യന്ത്രത്തലപ്പ് ഉരുട്ടാൻ തരത്തിൽ കഴുത്തിനെ മയപ്പെടുത്തി. മൂന്നാഴ്ച മുമ്പൊരു സ്കാനിംഗ് നടത്തിയ, പിന്നെയും ഒരാഴ്ച കഴിഞ്ഞ് മൂന്ന് വെവ്വേറെ സൂചികൾ മൂന്ന് സമയത്തായി കഴുത്തിൽ ആഴത്തിൽ കുത്തിയിറക്കിയിളക്കി

കോശങ്ങൾ പരതിയെടുത്ത് പരിശോധനയ്ക്ക് വിട്ട അതേ ഡോക്ടർ.

പരിശോധന തുടങ്ങി. കംപ്യൂട്ടർ സ്ക്രീനിൽ നോക്കി മൂന്ന് അളവുകൾ പറയുന്നത് ഞാൻ മനസ്സിൽ കുറിച്ചു. കഴുത്ത് വീർത്തതിന്റെ ത്രിമാന ങ്ങളാവും. പിന്നെയും എന്തൊക്കെയോ റിപ്പോർട്ടിംഗ്. എനിക്കൊന്നും മനസ്സിലാകുന്നില്ല. പരിശോധന നീളുകയാണ്.

"എന്താണ് ഡോക്ടർ?"

എന്റെ ആകാംക്ഷ പെരുക്കുകയായിരുന്നു.

"നോക്കുകയാണ്"

നേരം കുറേയായി. അദ്ദേഹം മാറി മാറി കഴുത്തിന്റെ ഓരോ ഭാഗത്തായി പ്രഷർ കൊടുത്തുകൊണ്ട് കംപ്യൂട്ടർ സ്ക്രീനിൽ കണ്ണ് തറപ്പി ച്ച വച്ചതല്ലാതെ ഒന്നും പറഞ്ഞില്ല.

"പരിശോധന കഴിഞ്ഞു. ഇനിയും കൂടിക്കൊണ്ടിരിക്കുന്നുണ്ടോ എന്ന് നോക്കുന്നതാണ്"

പരിശോധന നീളുന്നതിനുള്ള വിശദീകരണമെന്നോണം അദ്ദേഹം പറഞ്ഞു. എന്താണ് സംഭവിക്കുന്നതെന്ന് മനസ്സിലായില്ലെങ്കിലും നോക്കട്ടെ എന്ന് ഞാനും സമാധാനിച്ചു.

"ഒന്ന് എണീറ്റ് ചാരിയിരിക്കാമോ..."

പരിശോധനാരീതി മാറുകയാണ്.

"ഉം"

സമ്മതം പറഞ്ഞെങ്കിലും എനിക്ക് തലയുയർത്താനാകുന്നില്ല. എത്ര ശ്രമിച്ചിട്ടും താങ്ങാനാകാത്തൊരു വേദന വന്നെന്നെ തളർത്തി താഴെ യിട്ടന്നു. ചുറ്റും നിന്നവരൊക്കെ സഹായിച്ചിട്ടും, പല പല കോണിൽ ചരിഞ്ഞ് പരിശ്രമിച്ചിട്ടും തുടർച്ചയായ പരാജയം തന്നെ. അവസാനം പ്രാണവേദനയ്ക്കൊടുവിൽ എങ്ങനെയോ ഞാനത് സാധിച്ചെടുത്തു. വീണ്ടും പരിശോധന തുടരുകയാണ്. പരിശോധനയ്ക്കിടയിൽ തന്നെ ഡോക്ടർ ഓപ്പറേഷൻ ചെയ്ത സർജനുമായി സംസാരിക്കുന്നുമുണ്ട്. അദ്ദേഹം അന്ന് മറ്റേതോ ആശുപത്രിയിൽ ഡ്യൂട്ടിയിലാണ്. അവരുടെ സംസാരത്തിൽ നിന്ന് എനിക്കൊന്നും മനസ്സിലാകുന്നില്ലായിരുന്നു. കൂടുതലായി വീർക്കുന്നില്ല. 3.9 ൽ തന്നെ നിൽക്കുകയാണ്. ഹാവ്വ... അപ്പൊ ഇനി കഴുത്ത് വീർത്ത് പൊട്ടില്ല. ചെറിയൊരു സമാധാനം.

"പരിശോധന തീർന്നു. ഇനി കിടന്നോളൂ"

കിടക്കുക എന്നത് തന്നെയൊരു പരീക്ഷണമാണ്. തല താഴ്ത്താനോ

കിടക്കുവാനോ പറ്റുന്നില്ല. വേദനയുടെ പാരമ്യത്തിലേക്ക് പിന്നെയും പിന്നെയും എന്നല്ലാതെ തല ചായ്ക്കാനാവുന്നില്ല. ഇങ്ങനെ ഇരുത്തിക്കൊണ്ട് തന്നെ പോകാം എന്നായി അവസാന തീരുമാനം. ഇരുത്തിക്കൊണ്ടുപോകാനുള്ള സ്ട്രെച്ചർ വരുന്നു. വീണ്ടും കാഷ്വാലിറ്റിയിലേക്ക്. മരുന്നുകൾ വരുന്നു. കഴുത്താകെ പൊതിഞ്ഞു ചുറ്റിവരിയുന്നു. കൂടിയാൽ വീണ്ടും വരികെന്നും അല്ലെങ്കിൽ നാളെ വന്ന് സർജനെ കാണകെന്നും നിർദ്ദേശത്തോടെ അതേ ഇരിപ്പിൽ കാറിലേക്ക്.

വീട്ടിൽ ചെന്നു. എങ്ങനേയും ഒന്നു കിടക്കണം, പക്ഷേ തല ചായ്ക്കാനാവുന്നില്ല. പ്രാണവേദനയാണ്. മോളും, വിവരമറിഞ്ഞ് ഓടി പ്പിടഞ്ഞെത്തിയ അവളുടെ കൂട്ടുകാരിയും ഭർത്താവും എല്ലാവരും കൂടെ സഹായിച്ചെങ്ങനെയോ തലയൊന്ന് ചായ്ച്ചു ഞാൻ.

"മോളേ, ചായ കിട്ടിയില്ലിതേ വരെ"

ആശുപത്രി പോക്കുവരവുകളൊക്കെ സഹതാപത്തോടെ നോക്കി ക്കണ്ട് വീണ്ടും ടാബിലെ കോമഡി റീൽസ് കണ്ടുകൊണ്ട് ഹാളിലിരുന്നി രുന്ന അച്ഛൻ മോളെ വിളിച്ച് പരിഭവമറിയിച്ചു.

ചായയെടുക്കാനോ കൊടുക്കാനോ ആരും ഉണ്ടായിരുന്നില്ലെന്ന് മാത്രമല്ല, സ്കൂൾ വിട്ടെത്തുന്ന കുട്ടികളെ എങ്ങോട്ടാക്കണം എന്നതു പോലും നിശ്ചയമില്ലായിരുന്നതു അനിശ്ചിതത്വങ്ങളായിരുന്ന അന്ന്. പിന്നെ സ്കൂളിൽ നിന്നും വരുന്ന വാനിൽത്തന്നെ അവരുടെ വീട്ടിലേക്ക് കൊണ്ടുപോയി കാര്യങ്ങൾക്കൊരു തീരുമാനമാകും വരെ കുട്ടികളെ അവര് നോക്കിക്കോളാമെന്ന് ബിന്ദു തന്നെ ഏൽക്കുകയായിരുന്നു. കുട്ടികൾ ബിന്ദുവിന്റെ വീട്ടിലാണ്. അവരെ കൊണ്ടുവരേണ്ടതുണ്ട്.

"അമ്മയെ ഒന്ന് കിടത്തട്ടെ അച്ഛാ, എന്നിട്ട് തരാം ചായ"

ആവശ്യം അവസരോചിതമല്ലാതായിപ്പോയി എന്നത് ആരെങ്കിലും തിരിച്ചറിഞ്ഞോ എന്ന ആശങ്കയാലൊരു വിശദീകരണക്കുറിപ്പ് ഉടൻ വന്നു.

"അല്ല.. അതല്ല മോളേ.... ഇവർക്കൊന്നും കൊടുത്തില്ലല്ലോ എന്ന് കരുതീട്ടാണ്."

"ഞങ്ങൾക്ക് ചായ വേണ്ട അങ്കിളേ."

സഹായത്തിനോടിയെത്തിയ കുട്ടികൾ ഒന്നിച്ച പറഞ്ഞു. സേഫായി .. വലിയ പരിക്കില്ലാതെ മുഖം രക്ഷപ്പെട്ടു. എത്ര വേണ്ടെന്ന് വച്ചാലും ഇത്തരം അവസരങ്ങളിൽ ചേർത്തുവച്ച് സങ്കടപ്പെടുത്താനോ ആശ്വസി ക്കാനോ ചില ഓർമ്മകൾ കൃത്യസമയത്ത് ഓടിയെത്തും. ആവിപിടുത്തം,

 കമലവിലാസ് കണ്മഷി

ഇൻഹേലർ, പതിവുഴളികകൾ എല്ലാം പരീക്ഷിച്ച് തോറ്റ് ഡോക്ടറുടെ സഹായമില്ലാതെ ഇനി ശ്വാസോച്ഛാസം നിലനിർത്താനാവില്ലെന്ന അവസാന ഘട്ടത്തിലാവും എല്ലാത്തവണയും ആശുപത്രിയിലെത്തുക. ഇഞ്ചക്ഷനും ഗുളികകൾക്കും പുറമേ അഞ്ചുദിവസത്തെ കുളിയൊഴിവാ ക്കലും അഞ്ചുദിവസത്തെ ലീവും കംപ്ലീറ്റ് റെസ്റ്റും വിധിക്കുന്ന സ്ഥിരം ഡോക്ടർക്ക് സ്ഥിരമായിത്തന്നെ കൊടുക്കാറുള്ളൊരു വാഗ്ദാനമുണ്ട്.

"റെസ്റ്റെടുത്തോട്ടെ ഡോക്ടർ ... ഞാൻ പുറത്തുനിന്ന് കഴിച്ചോളാം" എന്നിട്ടെന്നെ നോക്കി ലീവുറപ്പിക്കും.

"ഡോക്ടർ പറഞ്ഞത് കേട്ടല്ലോ... അഞ്ച് ദിവസം ലീവെടുത്തോ ളണം"

നടന്നെത്താവുന്ന ദൂരത്തുള്ള ഓഫീസിൽ ഒന്നെത്തിച്ചേരാനാകുമാ യിരുന്നെങ്കിൽ ഒരിടത്തിരുന്ന ജോലി ചെയ്താൽ മതിയായിരുന്നല്ലോ എന്നും, രണ്ടു നേരം ചായയും ഉച്ചയ്ക്കൊരുണം നിറഞ്ഞൊരു സ്നേഹച്ചി രിയോടെ പോറ്റിച്ചേട്ടൻ മേശമേൽ കൊണ്ടുവന്ന് തരുമായിരുന്നല്ലോ എന്നുമൊക്കെ ചേർന്നൊരു സങ്കടം വന്നെന്റെ നെഞ്ചിലെ ശ്വാസം ഒന്നുകൂടെ തിങ്ങിവിങ്ങും.

കൊടുക്കലുകളല്ലാതെ വാങ്ങലുകളില്ലാത്ത, കൂടുതലെന്തെങ്കിലും കരുതലുകൾ പ്രതീക്ഷിക്കാനില്ലാത്തൊരീ കൂട്ടിച്ചേർക്കലിന്റെ വ്യർത്ഥ തയോർത്ത്,എന്താണ് സംഭവിച്ചതെന്നോ ഇനിയിതെന്താണ് സംഭ വിക്കാൻ പോകുന്നതെന്നോ യാതൊരു ധാരണയുമില്ലാതെ ഞാൻ ഫാനിന്റെ കറക്കം മാത്രം നോക്കി വെറുതെ കിടന്നു.

ക്യാൻസറായും അല്ലാതെയും ഈ സർജറി കഴിഞ്ഞ പലരെയും നേരിട്ടറിയാം. അവർക്കാർക്കും പരിചയമില്ലാത്ത അവസ്ഥ. ഓരോ ആവശ്യങ്ങൾക്കായും കിടക്ക വിട്ടെണീക്കുമ്പോഴും, തിരികെ കിടക്ക മ്പോഴും വേദന കടിച്ചമർത്തിയുള്ള ആ കിടപ്പ് പിന്നെയും ദിവസങ്ങ ളോളം നീണ്ടുപോയി. തലേന്ന് നിർദ്ദേശിച്ചിരുന്നതനുസരിച്ച് പിറ്റേന്ന് ഡോക്ടറെ കാണാനെത്തി. അദ്ദേഹത്തിന് ഭാവ വ്യത്യാസങ്ങളൊന്നുമി ല്ല. ഇങ്ങനെയൊക്കെയും സംഭവിക്കാവുന്നതാണ്. അകത്ത് ബ്ലീഡിംഗ് ആയതാണ്. ബ്ലഡ് ക്ലോട്ടായി കിടക്കുകയാണ്. ക്ലോട്ട് അലിഞ്ഞാലേ വലിച്ചെടുക്കാനാവൂ. അലിയാനുള്ള മരുന്നാണ് ചെയ്യുന്നത്. നമുക്ക് നോക്കാം. പേടിക്കാനൊന്നുമില്ല. ചെറിയ ചെറിയ വെയിനുകൾ കരിയിച്ച വച്ചിരിക്കയാണ്. അത് വിട്ടുപോയതാവാം.

വലിയ സിറിഞ്ചും വലിയ നീഡിലും വന്നു. ഉണങ്ങിയ മുറിവ് വീണ്ടും തുറക്കപ്പെട്ടു. സൂചിമുനയിലൂടെ ബ്ലഡ് ക്ലോട്ട് കയറുന്നില്ല. പിന്നീട്

സിറിഞ്ച് നേരിട്ട് കയറ്റി വലിച്ചെടുക്കാൻ ശ്രമിക്കുകയായിരുന്നെന്നു തോന്നുന്നു. അതിനും ഫലം കണ്ടില്ല. അടുത്തയാഴ്ചയാകുമ്പഴേക്കും അലിയുമായിരിക്കും. അപ്പോൾ കൂടുതൽ വലിച്ചെടുക്കാം. അദ്ദേഹം ആശ്വാസ വാക്കുകൾ പറഞ്ഞു. അടുത്തയാഴ്ചത്തേക്ക് വരവ്കുറിച്ച് മടക്കം.

സർജറിപ്പിറ്റേന്ന് രാത്രിയിലെ നിറുത്താനാകാത്ത ഉമ്മലിനെ പഴിച്ച്, വീർത്ത് മുറ്റിയ കഴുത്തുമായി ഞാൻ പുറത്തേക്കിറങ്ങി. ഡിസ്ച്ചാ ർജ് സമ്മറിയിലീ സാദ്ധ്യതകളുണ്ടെന്ന് മോളും പറഞ്ഞു. തികഞ്ഞ രോഗിയെന്ന നിലയ്ക്ക് ഞാനതൊന്നും നോക്കിയിരുന്നുമില്ല. അനക്കാനാ കാതെ വീർത്തുമുറ്റിയ കഴുത്ത്. കട്ടിലിൽ നിന്നുള്ള ഓരോ ഉയിർപ്പിനും സമ്മാനമായി സഹിക്കാനാകാത്ത വേദനകളും. മറ്റാരും ഉത്തരങ്ങൾ തരാത്ത ചോദ്യങ്ങളുമായി ശ്രഗിളിൽ അഭയം പ്രാപിച്ചപ്പൊ പറഞ്ഞു തന്നു. മൂന്നൂറിലൊരാൾക്ക് ഇങ്ങനെയും വരാം. സമാധാനമായി. ഞാൻ പിന്നേയും എന്നോട് പറഞ്ഞു. സാരമില്ലെന്നേയ്. മൂന്നൂറിലൊന്നാണ്. മൂവ്വായിരിത്തിലൊന്നൊന്നുമല്ലല്ലോ. വീണ്ടും സമാധിയിലേക്ക്... പക്ഷേ കഥ തീരുന്നില്ല.

 കമലവിലാസ് കൺമഷി

രാവണൻ കോട്ടയിലൊരു തടവുകാലം

എന്റെ പ്രിയപ്പെട്ട 2023..

ഒറ്റപ്പെടലിന്റെ സങ്കടങ്ങൾ, കൂടിച്ചേരലിന്റെ ആഹ്ലാദങ്ങൾ, വേദനയുടെ സഹനങ്ങൾ, സാന്ത്വനത്തിന്റെ സ്നേഹസ്പർശങ്ങൾ, പുതുസൗഹൃദങ്ങൾ, പുതുമയേറും സായാഹനങ്ങൾ ഇത്രയേറെ വൈവി ധ്യങ്ങൾ ഒന്നിച്ച സമ്മാനിച്ചൊരു വർഷം ഇതിനുമുമ്പുണ്ടായിട്ടുണ്ടെന്ന് തോന്നുന്നില്ല. എന്നിട്ടും എനിക്കായില്ല, വിടപറയൽ സായാഹനത്തിൽ നിന്നോടൊപ്പം നിന്നൊരു നക്ഷത്രച്ചിരി പങ്കുവെക്കാനെനിക്കായില്ല. എനിക്ക് ഞാനായിരിക്കാൻ പോലും പറ്റാത്ത വിധം മറ്റൊരു പിരിമു റക്കത്തിലായിപ്പോയിരുന്ന ഞാനന്നേരം സഖേ ...

എത്ര സമൃദ്ധമായ ഉള്ളം പൊള്ളുന്ന അനുഭവങ്ങളാണ് നീയെനിക്ക് സമ്മാനിച്ച പോയത്. പിറന്നാളിനൊപ്പം ചേർത്ത് നിന്റെ വരവ് കണക്കാക്കിയാൽ അതെന്തൊരു വരവായിരുന്നു. ഗുരുവായൂരമ്പല നടയിൽ പ്രിയമേറും മൽഹാർ സൗഹൃദങ്ങളും തിരുമധുരവും. വീണ്ടും വീണ്ടും പിറന്നാൾ വാരാഘോഷം പോലെ എറണാകുളത്തെ മധുരസം ഗമങ്ങൾ. മൽഹാർ മഹോത്സവത്തിന്റെ മനംകുളിർക്കുമോർമ്മകൾ. ഇതൊക്കെയും സമ്മാനിച്ച ശേഷമാണ് നീയെന്നെ ആശുപത്രിയിട ങ്ങളിലെ കാണാക്കാഴ്ചകളിലേക്ക് കൂട്ടിക്കൊണ്ടു പോയത്. പിന്നെയും നീയെന്നെ അന്താരാഷ്ട്ര സിനിമയുടെ അള്ളതലോകത്തേക്കും അതിന്റെ ആരവങ്ങളിലേക്കും കൂടെ കൂട്ടി. അവിടെ നീ സിനിമയെ കൂടാതെ എത്ര യെത്ര ധന്യ നിമിഷങ്ങളാണ് എനിക്കായി കരുതി വച്ചത്. അനന്തപുരി യിലെ സായാഹന നടത്തങ്ങളിലും നീയായിരുന്നെന്റെ വിരൽ കോർത്തു പിടിച്ചിരുന്നത്.

ഇത്രയേറെ സന്തോഷങ്ങൾക്കൊപ്പം സമ്മാനിച്ച പോയ

സങ്കടങ്ങളെയും ഞാനെന്റേതായി സ്വീകരിച്ച് നിന്റെ ഓർമ്മകൾക്കൊ പ്പം ചേർക്കുന്നു. കദനക്കയങ്ങളിലെ യാത്രകളൊക്കെയും ഒന്നൂക്കൂടെ ലാഘവത്തോടെ ഓർത്തെടുത്തു നോക്കട്ടെ ഞാൻ. ആശുപത്രി അനു ഭവങ്ങളോളം തീവ്രമായ അനുഭവങ്ങളേതാണുള്ളത്. നിന്നോടൊപ്പം നടന്നു തുടങ്ങുന്നതുതന്നെ ക്യാൻസർ, കീമോ തെറാപ്പി, റേഡിയേഷൻ ഇതൊക്കെ കേട്ടും കണ്ടും കൂടെയിരുന്നും കൊണ്ടായിരുന്നു. അന്നതൊരു കുട്ടിരിപ്പായിരുന്നു. പരിചിതമായ വാക്കുകളെന്നതിലപ്പുറം യാതനകളൊക്കെയും തൊട്ടരികിൽ കണ്ടുതീർത്ത് കണ്ണടച്ചുറക്കം മുമ്പേ എന്നിലേക്കും നടന്നടുത്തു നീ പറഞ്ഞുവിട്ടൊരു ഞണ്ടുംകുഞ്ഞ്. അതെന്റെ കഴുത്തിറുക്കി നോവിക്കാൻ തുടങ്ങിയപ്പോൾ നീ മൗനം പൂണ്ട സാക്ഷ്യം നിന്നതേയുള്ളൂ.

കുത്തിയെടുപ്പ് പരിശോധനാറിപ്പോർട്ടും കൈയിൽ പിടിച്ച് എറണാകുളം മെഡിക്കൽ സെന്ററിൽ നിന്നും, ഭർത്താവിന്റെ ടാബ്ലെറ്റ് പി സി നന്നാക്കുവാനായി സർവ്വീസ് സെന്റർ തേടി അലഞ്ഞുനടക്ക മ്പോഴും, അവിടന്ന് പറവൂർ ബസ്സിൽ കയറി അടുത്ത ലക്ഷ്യത്തിലേക്ക് യാത്ര ചെയ്യുമ്പോഴും, "ഇറ്റിസ് കൺഫേമ്ഡ്" എന്ന് ഭർത്താവിനെ ഫോണിൽ വിളിച്ച് പറയുമ്പോഴും എന്തൊരു നിസ്സംഗതയായിരുന്നു മനസ്സിൽ. അതങ്ങിനെ ഇത്തിരിനേരം കൂടി നീണ്ടുനിന്നിരുന്നെങ്കിൽ എന്ന ആർത്തിയോടെയാണ് ജൂൺ 5 ന് നിശ്ചയിക്കപ്പെട്ട പരിസ്ഥിതി മീറ്റിംഗിൽ പങ്കെടുക്കുവാനായി പഞ്ചായത്ത് ഓഫീസിലേക്ക് പോയിട്ടാകാം വീട്ടിലേക്കുള്ള യാത്ര എന്ന് തീരുമാനിച്ചത്. അത്രയേറെ ഞാൻ എന്നിൽനിന്നും മാറിനിന്ന് എന്നെ നോക്കിക്കാണാൻ പഠിച്ചിരി ക്കുന്നു എന്നഹങ്കരിച്ചിട്ടും പിറ്റേന്ന് രാത്രി ഛർദ്ദിച്ചവശയായി തലകറങ്ങി ബോധംകെട്ട് വീണ് ആശുപത്രിയിലെത്തിയപ്പോൾ ടെൻഷനാണോ എന്നാരോ ചോദിച്ചതിന് പിന്നാലെ ഞാനും എന്നോട് തന്നെ ചോദിച്ചു.

"ആണോ? നിനക്ക് ടെൻഷനുണ്ടോ?"

എന്തിനെയും പ്രതിരോധിക്കാൻ ആവശ്യത്തിലേറെ മുന്നൊരുക്ക ങ്ങളാൽ മനസ്സിനെ ഒരുക്കി നിറുത്തുന്നതുകൊണ്ടാവാം ശാരീരിക വേദനകൾ അനുഭവിച്ച തീരുമ്പോഴൊക്കെയും ഓ.. ഇത്രയേ ഉണ്ടായി രുന്നുള്ളല്ലോ എന്നൊരു ആശ്വാസമായിരിക്കും തോന്നുക. പ്രസവം കഴിയുമ്പോഴും സർജറികൾ കഴിയുമ്പോഴും നിസ്സാരവൽക്കരിക്കുന്ന ഈ ശീലം കൂടെയുള്ളതുകൊണ്ട് ഇത്തവണയും സർജറിയും തുടർ വേദനകളും ആകാംക്ഷയിലപ്പുറം ഒരാശങ്കയും തരാതെ കടന്നുപോയി.

ബയോപ്സി റിപ്പോർട്ട് പ്രകാരം, അവഗണിക്കാൻ പഴുത് തരാതെ

വന്നുചേർന്ന വിരുന്നുകാരനായതിനാൽ പ്രതിയൊരു ചികത്സാവിധി കൂടി വിധിക്കപ്പെട്ടു. അയഡിൻ തെറാപ്പി. ഞാനത് ആദ്യമായി കേൾക്ക കയായിരുന്നു. കീമോ തെറാപ്പിയിലും റേഡിയേഷൻ തെറാപ്പിയിലും ഒറ്റയ്ക്കൊരുങ്ങി നിൽക്കാതെ ഇരുകൂട്ടരും ഒന്നിച്ചചേരുന്നൊരു സിംപിൾ തെറാപ്പി. കീമോയുടെ പരവേശങ്ങളൊന്നും സമ്മാനിക്കാതൊരു കീമോ. വായിലൂടെ കുടിച്ചിറക്കാവുന്ന മരുന്ന്. അയഡിന്റെ റേഡിയോ ആക്ടീവ് ഐസോടോപ്പായ I 131 ദ്രവരൂപത്തിൽ കഴിക്കുക. മൂന്നൊ രുക്കങ്ങളിലാണ് ശ്രദ്ധ വേണ്ടിയിരുന്നത്. അയഡിൻ ചേർന്ന ഭക്ഷ ണങ്ങൾ പാടില്ല. മൂന്നാഴ്ച കൊണ്ട് ശരീരം അയഡിൻ ഫ്രീയാക്കുക. ശേഷം ചെറിയ ഡോസിൽ അയഡിൻ കൊടുത്ത് അയഡിൻ സ്കാൻ എന്ന പ്രത്യേക സ്കാൻ ചെയ്യുക. ശരീരത്തിലെ ക്യാൻസർ ബാധിച്ച തൈറോയിഡ് ഗ്രന്ഥി സർജറി ചെയ്ത് പൂർണ്ണമായും നീക്കം ചെയ്ഞ്ഞിട്ടും എന്തെങ്കിലും പൊട്ടും പൊടിയും അവിടവിടെ പടർന്ന് അവശേഷിക്ക ന്നുണ്ടോ എന്നറിയാനുള്ള പരിശോധനയാണിത്. എന്തെങ്കിലും അവശി ഷ്ടങ്ങൾ കണ്ടെത്തുന്നുവെങ്കിൽ ഹൈ ഡോസിൽ റേഡിയോ ആക്ടീവ് അയഡിൻ കഴിച്ച് അതിനെ കരിയിച്ചുകളയുക. അതാണ് ചികിത്സ. ഒരു വെടിക്ക് രണ്ടുപക്ഷി കീമോയും റേഡിയേഷനും ഒന്നിച്ച്. തൈറോയ്ഡ് ക്യാൻസറിന് മാത്രമുള്ളൊരു ചികിത്സാവിധി.

സർജറിപ്പിറ്റേന്ന് മുതൽ അയഡിനില്ലാ ഉപ്പായ ഇന്തുപ്പ് ചേർന്ന ഭക്ഷ ണരീതി നിലവിൽ വന്നു. മത്സ്യം എന്ന് ഇടങ്ങുന്ന ഒരു കൂട്ടം വിഭവങ്ങൾ, ശർക്കര ചേർന്ന വിഭവങ്ങൾ, അയഡിൻ ചേർന്ന ബാമുകൾ ഇങ്ങനെ ഒഴിവാക്കേണ്ടവയുടെ എണ്ണം കൂടിയപ്പോൾ ഉപയോഗിക്കാവുന്നവയുടെ ചെറുലോകം തീർത്ത് അതിനുള്ളിലെ ചെറുജീവിതം ജീവിക്കാൻ ശീലിച്ച വരവേയൊരു നട്ടുച്ചയ്ക്ക് നോക്കിനോക്കിയിരിക്കെ കഴുത്ത് വീർത്തുമുറ്റി താടിയോളം വളർന്നൊരു വീപ്പക്കുറ്റി പോലായി. കഴുത്ത് തിരിക്കാനോ കുനിക്കാനോ കിടന്നാൽ എണീക്കാനോ എണീറ്റാൽ കിടക്കാനോ വയ്യാത്ത അവസ്ഥ . കഴുത്തിൽ രക്തം കട്ടപിടിച്ചതാണത്രേ... രക്തം അലിയിച്ചും കുത്തിയെടുത്തും പ്രതിവിധികൾ നീണ്ടുനീണ്ട് ഒന്നരമാസ ത്തോളം പോയി.

അയഡിൻ ഡയറ്റിനൊപ്പം തൈറോയ്ഡ് ഹോർമോണിന്റെ ഇല്ലായ്മയാൽ ജീവിതചക്രത്തിന്റെ താളം തെറ്റി. എന്തിനെന്നില്ലാത്ത സങ്കടങ്ങളാൽ ഉണരാനാകാത്ത പകലുകൾക്കും, കാത്സ്യം ലെവൽ കുറ ഞ്ഞതിനാൽ മരവിച്ച കാലുകൾ നീട്ടിവച്ച് നടന്നുതീർത്ത രാത്രികൾക്ക മൊട്ടവിൽ അയഡിൻ തെറാപ്പിക്ക് ദിവസമെത്തിയെങ്കിലും കഴുത്തിലെ മുറിവുണങ്ങാതെ ഒന്നും ചെയ്യാനാവില്ലെന്ന് ന്യൂക്ലിയർ മെഡിസിൻ

ഡിപ്പാർട്ട്മെന്റിന്റെ വിധി വന്നു. വീണ്ടും ഒരു മാസം തൈറോക്ലിൻ. അതുകഴിഞ്ഞ് വീണ്ടും ഒരുമാസം അയഡിൻ ഫ്രീ ഡയറ്റ്. ഇത്തവണ അയഡിൻ ഡയറ്റിന് ഇത്തപ്പ് പോരായിരുന്നു. കല്ലപ്പിൽ വെള്ളമൊഴിച്ച് ഇരുപത് മിനിറ്റ് തിളപ്പിച്ച് വറ്റിച്ച ലായനി. ഉപ്പ് വറ്റിക്കുന്ന പരിസരത്ത പോലും രോഗി വരരുതത്രേ. അരുതുകളുടെ ലിസ്റ്റിട്ട കദനചക്രത്തിന്റെ അച്ചടിച്ച ചാർട്ട് കിട്ടി. കദനചക്രം റിപ്പീറ്റിന് മനസ്സൊരുങ്ങി.

മകൾക്ക് തിരുവനന്തപുരത്തേക്ക് ട്രാൻസ്ഫർ. താല്ലാലികമായെ ങ്കില്ലും കൂടെയൊരു താമസംമാറ്റം എനിക്കും വേണം. കഴുത്തിലെ ബ്ലീഡിംഗ് നിലച്ചിട്ടില്ല. നാലാഴ്ത്തെ ചോരയൂറ്റലുകൾക്കൊട്ടവിൽ ഇനി പേടിക്കാനൊന്നുമില്ല, ഡ്രസ്സിംഗ് മാറ്റിക്കോളൂ എന്ന ഡോക്ടർ കട്ടായം പറഞ്ഞതിന്റെ പിറ്റേന്ന് രാവിലെ ഡ്രസ്സിംഗ് മാറ്റി, തിരുവനന്തപുര ത്തേക്കുള്ള യാത്രയ്ക്കായി വസ്ത്രം തേയ്ക്കാനായി തേപ്പെട്ടി കൈയിൽ തൂക്കിയതും, കഴുത്തിൽ നിന്നും രക്തം ചീറ്റി തെറിച്ചുവീണ് മേശയിലെ വെള്ളവിരിപ്പിൽ ചുവന്നവൃത്തങ്ങൾ വിരിയിച്ചു. അടുത്തനിന്നിരുന്ന കൊച്ചമ്മയുടെ ഞെട്ടലിൽ എന്റെ ഞെട്ടൽ കനം വയ്ക്കാതെ ശോഷി ച്ചപോയി. സാരമില്ല, ഡ്രസ്സിംഗ് വീണ്ടും തുടങ്ങാം എന്ന് നിസ്സാരവൽക്ക രിച്ചെങ്കിലും അടക്കിപ്പിടിച്ച കണ്ണീര് അകത്തൂടെ പാഞ്ഞ് ഉള്ളൊന്ന് നീറ്റിച്ചു.

നിലയ്ക്കാത്ത സങ്കടങ്ങളുടെ, ഉറക്കമില്ലാത്ത രാത്രികളുടെ കദനചക്രം കിതച്ചുകൊണ്ടേ തിരിഞ്ഞു. തളർന്നുപോകുന്ന മനസ്സിന് രക്ഷതേടി തിരു വനന്തപുരം നഗരത്തിലെ തണലുകൾ തേടിയലഞ്ഞു കൊണ്ടേയിരുന്ന ഞാൻ. സെൻട്രൽ ലൈബ്രറി, ഫിലിം സൊസൈറ്റി, ഭാരത് ഭവൻ, കെ.എസ്.ആർ.ടി.സി. യുടെ സർക്കുലർ ബസ്സുകളിലെ യാത്ര, കനക ക്കുന്നിലെ പ്രദക്ഷിണ നടപ്പ്. എവിടെയാണ് ശമനം എന്ന തേടിയുള്ള പാച്ചിലുകളായിരുന്നു.

ഇടയ്ക്ക് കാണാനോടിയെത്തിയ സൗഹൃദങ്ങൾ പൊള്ളുന്ന മനസ്സിന് മേലെ ചിരിയുടെ ഈറൻശീല വിരിച്ചിട്ട് ചുടാറ്റിത്തന്നു.

അയഡിൻ തെറാപ്പിക്ക് സമയമായി. ഞങ്ങൾ അമ്മയും മോളും, ചെറുഡോസും സ്കാനിംഗും കഴിഞ്ഞ് തിരിച്ചുപോകാനുള്ള ടിക്കറ്റുമായി ട്ടാണ് രണ്ടു ദിവസത്തെ ചികിത്സയ്ക്കും താമസത്തിനുമായി എറണാകു ളത്തേക്ക് പുറപ്പെട്ടത്. ആസ്റ്റർ മെഡിസിറ്റിയിലെ ന്യൂക്ലിർ മെഡിസിൻ വിഭാഗത്തിലേക്ക് ആദ്യ പ്രവേശനം കളിക്കട്ടക്കയിലെ വഴി കണ്ടുപി ടിക്കാം പംക്തിയിലെ വെല്ലുവിളി ഏറ്റെടുക്കും പോലെയായിരുന്നെ ങ്കിൽ രണ്ടാംതവണയത് ഓർമ്മകളിൽ നിന്ന് കുത്തുകൾ യോജിപ്പിച്ച്

യോജിപ്പിച്ച് വഴി തെളിയിച്ചായിരുന്നു. ഇടത്തോട്ട് നടന്ന് വലത്തോട്ട് തിരിഞ്ഞ് ഒമ്പതാം നമ്പർ ലിഫ്റ്റ് കയറി മെമ്മറി മാപ്പെടുത്ത് പരിശോ ധിച്ചും സമയാസമയം ഇടംവലം തിരിഞ്ഞും ഹൃദയത്തിന്റെ പടം കണ്ട് പിന്നേം വലം തിരിഞ്ഞ് നടക്കുമ്പോൾ പലഹാരങ്ങളടെ കൊതിയൂറുന്ന മണം മൂക്കിലടിച്ച കേറും. അപ്പൊ വഴി തെറ്റിയില്ലെന്നുറപ്പിക്കാം, മണം പിടിച്ച് മുന്നോട്ട് നടക്കാം, പക്ഷേ നിൽക്കരുത്. എത്ര വിശന്നാലും കണ്ടി ല്ലെന്ന് നടിച്ചോളണം. അയഡിൻ ഉപ്പ് പല രൂപത്തിലും ഭാവത്തിലും പ്രലോഭനങ്ങളുമായി വരും. സാത്താന്റെ പരീക്ഷണങ്ങളാണ്. വീണ പോകരുത്. നേരെ നടന്ന് ഇടം തിരിഞ്ഞ് മെമ്മറി മാപ്പെടുത്ത് ഒന്നൂടി നിവർത്തി ഉറപ്പ് വരുത്തി ലക്ഷ്യത്തിലെത്തി കഴിയുമ്പൊ ഒരു കുഞ്ഞ് അഹങ്കാരം മനസ്സിൽ മുളയ്ക്കും.

അങ്ങനെ മുളച്ച അഹങ്കാരത്തിനെ അടക്കിയിരുത്തി കൗണ്ടറിൽ ഫീസടച്ച് സറണ്ടർ ചെയ്തു. ഫീസ് വാങ്ങിയ കുട്ടി ഉപദേശിച്ചു. മരുന്നുകുടി ച്ചാൽ എങ്ങും ചുറ്റിക്കറങ്ങാതെ വീട്ടിൽ പൊയ്ക്കോളണം. ഓ... ന്ന്ഞാനും. മരുന്നുകുടിക്കാനുള്ള മുറിയിൽ കയറ്റിയ നഴ്സ് ഒരു ഡിസ്പോസിബിൾ ഗ്ലാസ്സിൽ അര ഗ്ലാസ് കളർലെസ്സ് ഓഡർലെസ്സ് ടേസ്റ്റ് ലെസ്സ് ലിക്വിഡ് തന്നിട്ട് കുടിച്ചോളാൻ പറഞ്ഞ് ഓടിരക്ഷപ്പെട്ടു. ഞാൻ പണ്ടകയറിയിറ ങ്ങിയ കെമിസ്ട്രി ലാബിനെ മനസ്സാനമിച്ച്, മരുന്ന് പച്ചവെള്ളം പോലെ ചവച്ചുകുടിച്ച് ചടങ്ങ് പൂർത്തിയാക്കി വീണ്ടും കൗണ്ടറിലെത്തി വാട്ട് നെക്സ്റ്റെന്ന് മോളോടൊപ്പം ഹാജരടിച്ചു. കൗണ്ടറിലെ സൗമ്യയായ കുട്ടി പെട്ടെന്ന് കുരിശുകണ്ട സാത്താനെപ്പോലെ എന്റെ നേരെ കൈ ച്ചൂണ്ടി.

"ദൂരെപ്പോ"

എന്നൊച്ചവച്ചു. സംഗതി സീരിയസ്സാണെന്നും ഇതിനകം സ്വയമൊരു ആറ്റംബോംബായി മാറിയിരിക്കുന്നു എന്നുമുള്ള തിരിച്ചറി വിൽ ഞാൻ ചെയ്തുപോയ തെറ്റിന്റെ ജാള്യത്തിൽ ഓടിയൊളിക്കാൻ ഭൂമിദേവി പിളർന്നിട്ടുണ്ടോന്ന് താഴേക്ക് നോക്കി. ഇല്ലെന്ന് കണ്ട് പിന്നെവിടേയ്ക്കെന്നറിയാതെ എന്നിലേക്ക് കൂടുതൽ കൂടുതൽ വലിഞ്ഞ് ഓരം പറ്റിയൊതുങ്ങി.

മോള് അടുത്ത ചാർട്ടുമായി വന്നു. ഓറഞ്ചും നാരങ്ങാ മിഠായിയും ധാരാളമായി കഴിക്കുക. പിറ്റേന്ന് വന്ന് സ്കാൻ ചെയ്യുക. ഹൈ ഡോസ് മരുന്ന് വരുമ്പോൾ അറിയിക്കും. അതുവരെ വീട്ടിൽ റൂം ഐസൊലേ ഷനിൽ ഇരിക്കുക. മരുന്ന് വന്നെന്നറിയിച്ചാൽ നാരങ്ങാ മിഠായിയും ഓറഞ്ചുമായി വരിക. ചാവേറിന്റെ തിരുവനന്തപുരത്തേക്കുള്ള

മടക്കയാത്രയ്ക്ക് വഴിയടഞ്ഞു. അനിയന്റെ വീട്ടിലെ മുകളിലെ മുറിയിൽ ഏകാന്തവാസം ഉറപ്പിച്ചു. കൂട്ടുകാരിക്ക് നാരങ്ങാ മിഠായി വിധിച്ചത് കേട്ടറിഞ്ഞ് സ്കൂളിൽ കൂടെ പഠിച്ച കൂട്ടുകാരന്റെയുള്ളിൽ നൊസ്റ്റാൽജിയ ഉരുന്ന് നാരാങ്ങാമിഠായിയും ഓറഞ്ചുമായി താഴെവന്ന് ദർശനം കാത്തു. മുകളിലെ ബാൽക്കണിയിൽ നേർരേഖയിലല്ലാതെ നിന്ന് ഞാൻ ദർശനവും ചിരിയും സമ്മാനിച്ച സായൂജ്യമടഞ്ഞു.

പത്ത് ദിവസത്തെ ലോ ഡോസ് ഏകാന്തവാസം കഴിഞ്ഞ് ഹൈഡോസിനായി പുറപ്പെട്ടപ്പോൾ നാരങ്ങാ മിഠായിയും ഓറഞ്ചും ബാഗിൽ കനം തൂങ്ങി. ഇത്തവണ ഭീകരാന്തരീക്ഷവും ആശുപത്രി തടവറയും മുൻകൂട്ടി കണ്ടിരുന്നു. ഡോക്ടർ എന്നെ കണ്ടതേയില്ല. ഐഡി നമ്പറും പേരും കൊത്തിയ വളയണിയിക്കുമ്പോൾ നഴ്സ് പേരും നമ്പറും ഉറക്കെ പറഞ്ഞു. സൂചിപ്പഴുതില്ലാത്ത തടവറമുറിയിൽ കയറ്റുമ്പോഴും അവർ പേരും നമ്പറും ഉറക്കെ വായിച്ചുറപ്പിച്ചു. നീല നിറത്തിലുള്ള കുപ്പായം തന്ന നഴ്സ്, പേരും നമ്പറും ഉറക്കെ വായിച്ചുറപ്പിച്ചു. ശേഷം ഇങ്ങനെ പറഞ്ഞു. ഇട്ടിരിക്കുന്ന വസ്ത്രം മാറ്റി ഒരു കവറിൽ പൊതിഞ്ഞ് കബോർഡിൽ വയ്ക്കുക. വീട്ടിലേക്ക് പോകുമ്പോൾ അതെടുത്ത് ധരിക്കുക. വീട്ടിൽ ചെന്നാൽ വീണ്ടും പൊതിഞ്ഞു മാറ്റിവയ്ക്കുക. ഒരു മാസം കഴിഞ്ഞ് പൊതി ഇറുന്ന് കഴുകി ഉപയോഗിക്കാം.

റൂമിൽ സി സി ക്യാമറയുണ്ട്. എന്തെങ്കിലും ആവശ്യമുണ്ടെങ്കിൽ ഫോണിൽ വിളിക്കാം ഡോക്ടറോടോ നഴ്സിനോടോ സംസാരിക്കാം. വസ്ത്രം മാറ്റാനായി നീലക്കുപ്പായം കയ്യിലെടുത്ത ഞാൻ പേടിച്ച സി സി ടിവിയെ നോക്കി. ശേഷം ബാത്റൂമിലേക്ക് പോയി വസ്ത്രം മാറ്റി. എങ്ങനെ വിചാരിച്ചിട്ടും കുപ്പായക്കെട്ട് വഴങ്ങുന്നില്ല. മധുവിന്റെ ഉറക്ക കുപ്പായം എനിക്കിട്ടപ്പൊ ശിൽപ്പാ ഷെട്ടിയുടെ ടോപ്പ് പോലെ. ഞാൻ വീണ്ടും പേടിച്ച സി സി ക്യാമറയിലേക്ക് നോക്കി. കെമിസ്റ്റി ലാബിലേക്ക് ആനയിക്കാൻ വന്ന നഴ്സിനോട് കാര്യം പറഞ്ഞു. അവരും കെട്ടൊന്നു മുറക്കാൻ ശ്രമിച്ചതല്ലാതെ വിജയിച്ചില്ല.

ലാബിലേക്ക് ആനയിക്കുമ്പോൾ അവരെന്നെ വീണ്ടും വഴി പഠിപ്പിച്ചു.

"വലത്തോട്ട് തിരിഞ്ഞ് പിന്നെ ഇടത്തോട്ട് തിരിഞ്ഞ്''.

"തിരിച്ച വരുമ്പോൾ റിവേഴ്സിലോർക്കണം. ഒറ്റയ്ക്കായിരിക്കും, തെറ്റി പ്പോകരുത്. കോറിഡോറില്ലൂടെ നടക്കരുത്. റേഡിയേഷൻ ഉണ്ടാകും. അലാറം അടിക്കും. ആകെ ബുദ്ധിമുട്ടാകും".

തെറ്റിക്കില്ലെന്ന് ഞാനാണയിട്ടു. ലാബിലെ സജ്ജീകരണങ്ങൾ റെഡി. ഒരു ട്യൂബിന്റെ അറ്റം കയ്യിൽ തരും മുമ്പേ അവരും പേരും

നമ്പറും ഉറക്കെ വായിച്ചുറപ്പിച്ചു. ഇടങ്ങാനം അവസാനിപ്പിക്കാനുമുള്ള ആക്ഷനുകൾ പഠിപ്പിച്ചതിന്നു ശേഷം ഒരു ചില്ലു മറയ്ക്കപ്പുറത്ത് ദൂരേയ്ക്ക് മാറി അവർ നിന്നു. മരുന്നുനിറച്ച സിറിഞ്ചും ട്യൂബുമായി ഘടിപ്പിച്ച് ആംഗ്യ ഭാഷയിൽ ഞങ്ങൾ കൊടുക്കൽ വാങ്ങൽപ്രക്രിയ ഭംഗിയായി പൂർത്തി യാക്കി ഞാനൊരു ചാവേറായി പുറത്തുകടന്നു. വഴികാട്ടി മുത്തശ്ശിയെ മനസ്സിൽ ധ്യാനിച്ച് റൂമിലേക്ക് നടന്നു. ഇടയ്ക്കൊരു സുന്ദരിക്കുട്ടി വന്ന് ദൂരെ നേർരേഖയിലായി നിന്നൊരു യന്ത്രം എനിക്കുനേരേ നീട്ടി തിരി ച്ചുപോയി. എന്നിൽനിന്നും പ്രസരിക്കുന്ന റേഡിയേഷന്റെ പ്രഹരശേഷി അളന്നതാണ്. വഴികാട്ടി മുത്തശ്ശി കാത്തു. ഞാൻ അകത്തു കടന്നു.

വെള്ളപ്പിനെന്തോ കഴിച്ചതാണ്. വിശപ്പുണ്ടെങ്കിലും ഒന്നും ആശിക്കാ നില്ല. സന്ധ്യയോടെയേ എന്തെങ്കിലും കഴിക്കാനാക്കൂ. എന്നോർത്തു നിൽക്കേ ഫോണടിച്ചു. ഡോക്ടറാണ്. ഐസൊലേഷൻ വേണ്ടതിന്റെ ആവശ്യകത പറഞ്ഞു തന്നു. വീട്ടിൽ ചെന്നാലും റൂം ഐസൊലേഷൻ വേണം. മറ്റുള്ളവരുമായി അകലം പാലിക്കേണ്ടതിന്റെ ആവശ്യകത ബോദ്ധ്യപ്പെടുത്തി. വായിലെപ്പോഴും ഒരു നാരങ്ങാമിഠായി ഉണ്ടായി രിക്കട്ടെ. ഇല്ലെങ്കിൽ നാളുകൾക്കു ശേഷം വായുണങ്ങിപ്പോയേക്കാം. ധാരാളം ഓറഞ്ച് കഴിക്കുക. വെള്ളം കുടിച്ചുകൊണ്ടേയിരിക്കുക. എന്താവശ്യമുണ്ടെങ്കിലും വിളിക്കുക. കുപ്പായമിളകുമ്പോളൊക്കെ ഞാൻ ശിൽപാ ഷെട്ടിയെ ഓർത്തു. അവരെ ഓർത്തപ്പോഴൊക്കെയും ഞാൻ പേടിച്ച് സി സി ടിവി നോക്കി. മൂടിപ്പുതച്ചുറങ്ങാം. ആരെയും ഒന്നിനേയും പേടിയ്ക്കണ്ട. വിശപ്പിനെയും. വീണ്ടും ഫോണടിച്ചു.

"ഞാൻ ലിന്റാ, എനിക്കാണിന്ന് മാഡത്തിന്റെ ചാർജ്ജുള്ളത്. എന്ത് ആവശ്യമുണ്ടെങ്കിലും പറയണം. വൈകുന്നേരം കഴിക്കാൻ എന്തു വേണം?"

വൈകുമെങ്കിലും വരുമല്ലോ.. ഞാൻ ആവേശത്തോടെ ആശകൾ പറഞ്ഞു. ഭേദഗതികളോടെ അംഗീകരിക്കപ്പെട്ടു. എനിക്ക് ലങ്കാദഹനം സിനിമയോർമ്മ വന്നു. രാവണൻ കോട്ടയിൽ മുട്ടുകുത്തി കൈക്കൂപ്പി കേഴുന്ന സ്വരം ഞാനോർത്തു.

"രാവണൻ മുതലാളീ, പൊറുക്കണം"

ആരോടെന്നില്ലാതെ ഞാനും യാചിച്ചു.

"പൊറുക്കണം, മാപ്പാക്കണം. ഇനിയും പരീക്ഷണങ്ങളരുതേ..."

ഞാൻ മൂടിപ്പുതച്ചു കിടന്നു. ഉറങ്ങാനായില്ല. ഫോണുപയോഗിക്കാം. കൂട്ടുകാരോട് കഥകൾ പറഞ്ഞും പാട്ടുകൾ കേട്ടും കോട്ടമുറിയിലെ കൊട്ടുംകുളിരിൽ ഞാൻ തടവ് ഘോഷിച്ചു. വീണ്ടും ഫോണടിച്ചു. ഞാൻ

ലിസ്റ്റയാണ് ഭക്ഷണം പുറത്തെ ടേബിളിൽ വച്ചിട്ടുണ്ട്. വാതിൽ തുറന്നുപി ടിച്ച് എടുത്തുകൊള്ളുക. പുറത്തിറങ്ങരുത്. ഡോർ ക്ലോസർ ഘടിപ്പിച്ച വാതിൽ ഒരു കയ്യാൽ തള്ളിപ്പിടിച്ച് മറുകയ്യാലെത്തിച്ച് പ്ലേറ്റെടുത്തു. വിശപ്പടങ്ങി. നാരങ്ങാ മിഠായി ഇടതടവില്ലാതെ വായിൽ വെള്ളമൂറിച്ച മട്ടപ്പിച്ചു.

വീണ്ടും വിളി വന്നു. പുതിയ ശബ്ദം. അടുത്ത പരിചയപ്പെടുത്തൽ. ഡിന്നറിനെന്ത് വേണം. ഇത്തവണ ഓപ്ഷൻ ബട്ടൺ കറുക്ലായി. ഉപ്പില്ലാ ഭക്ഷണവും ഇന്തുപ്പപൊടിയും. ഉപ്പില്ലാതെവെന്ത ചിക്കൻ എങ്ങനെ കഴിക്കാനാകും എന്നോർത്ത് ഞാൻ അങ്കലാപ്പടിച്ചു. അടുത്ത വിളിയും വന്നു.

"ഡിന്നറെത്തി എടുത്തോളൂ."

ഇടത്തെ കൈകൊണ്ട് ഡോർ തള്ളിപ്പിടിച്ച. വലത്തേ കൈ പ്ലേറ്റ നായി നീട്ടി. വലം കൈക്കൊപ്പം ഇടം കൈ നീണ്ട് ഡോറിന്റെയും കട്ടിള യുടേയും ഇടയിലേക്ക് പോയി, ഡോർ ക്ലോസർ വലിഞ്ഞ് കതകടഞ്ഞു വിരൽ ഞെരിഞ്ഞു. വലത് കയ്യിലെടുത്ത പ്ലേറ്റ് താഴെ വീഴാതെ തിരിച്ച വയ്ക്കുമ്പോഴേക്കും വിരലമർന്നു മുറിഞ്ഞു ചോരയൊഴുകാൻ തുടങ്ങിയിരു ന്നു. മോള് ബൈസ്റ്റാന്റർ റൂമിൽ നിന്നും വീഡിയോ കോളിൽ വരുമ്പൊ കൈയിൽ ചോരയൊലിപ്പിച്ച് ഞാൻ. രാവണൻ മുതലാളിയെ വിളിച്ച കാര്യം പറയാൻ നിർദ്ദേശമായി. പുറത്തെ ടേബിളിൽ ഡ്രെസ്സിംഗ് മെറ്റീരിയൽസ് വരുന്നു. ഒറ്റ കൈയാൽ ഡ്രെസ്സിംഗ് പൂർത്തിയാക്കിയ ഞാൻ എന്നോട് തന്നെ ഒരു ചിരി ചിരിച്ച. വെൽ ഡൺ മൈ ഗേൾ...

രാവിലെ വീണ്ടും റേഡിയോളജിസ്റ്റ് സുന്ദരിക്കുട്ടിയാൽ പുറത്തേക്ക് വിളിക്കപ്പെട്ടു. അകലെ നിന്ന് യന്ത്രം നീട്ടി. റീഡിംഗ് കണ്ട സുന്ദരിയുടെ മുഖത്ത് അതീവ ഹൃദ്യമായൊരു ചിരി വിടർന്നു.

"റേഡിയേഷൻ കുറഞ്ഞോ?"

എനിക്കാകാംക്ഷ അടക്കാനായില്ല. കുട്ടി സന്തോഷത്തോടെ മൂളി. മിനിമം മൂന്ന് ദിവസത്തേക്ക് വിധിക്കപ്പെട്ട കഠിന തടവാണ്. തൊട്ടടുത്ത തടവ്യമുറിയിലെ ആൾക്ക് അഞ്ചാം ദിവസമായിട്ടും തടവറ ഭേദിക്കാൻ ആയിട്ടില്ലെന്ന് ബൈസ്റ്റാന്റർ റൂമിൽനിന്ന് കിട്ടിയ അറിയിപ്പ് മോള് പങ്കവച്ചിരുന്നു. വിധി കാത്തിരിക്കെ ഡോക്ടർ വിളിച്ച അത്ഭുതം പറഞ്ഞു. റേഡിയേഷൻ പ്രഹരശേഷി കുറഞ്ഞിരിക്കുന്നു. പോകാൻ റെഡിയാ യിക്കോളൂ. കഠിനതടവ് ഒരു ദിവസത്തിൽ പൂർത്തിയായിരിക്കുന്നു. വീണ്ടും സ്കാനിംഗ്. ശേഷം ഒരു മാസത്തെ ഒറ്റമുറിത്തടങ്കലും വിധിക്ക പ്പെട്ട് വിജയശ്രീ ലാളിതയായി പുറത്തേക്കിറങ്ങുമ്പോൾ ഞാനെന്നോട്

    കമലവിലാസ് കൺമഷി

തന്നെ പറഞ്ഞു.

"തടവുകൾക്കൊക്കെയും പകരം വീട്ടുന്നുണ്ട് ഞാൻ"

ചെറുഡോസ് പോലെ നിസ്സാരക്കാരനായിരുന്നില്ല വൻ ഡോസ്. രുചി മുകുളങ്ങളൊക്കെയും കരിഞ്ഞു പോയിരുന്നു. ഉപ്പോ മധുരമോ അറിയാതെ ഭക്ഷണങ്ങളൊക്കെയും വിഴുങ്ങുകയായിരുന്നു. തൊണ്ട ആസിഡ് ഒഴിച്ചുപൊള്ളിച്ച പോലെ. ചെറിയ എരിവ് പോലും തൊണ്ടയിൽ തീ കോരിയിട്ട് കടന്നുപോയി. കിടക്ക വിട്ടെണീക്കാനാ വാത്ത ക്ഷീണം. ഭക്ഷണത്തോടും ജീവിതത്തോട്തന്നെയും വിരക്തി. കാൽപാദങ്ങളിലെ തൊലി പൊള്ളച്ച് പാളികളായി കീറിപ്പോകാൻ തുടങ്ങി. പാട്ടുകൾക്കോ പുസ്തകങ്ങൾക്കോ സൗഹൃദങ്ങൾക്കോ മനസ്സി ന്റെ താപം കുറയ്ക്കാനായില്ല. കടുത്ത പരീക്ഷണങ്ങൾ കഴിയുമ്പോഴേ ക്കും തലയ്ക്കിരുവശവും ഓരോ മുഴകൾ ഉയിർക്കാൻ തുടങ്ങിയിരുന്നു. കുതിരയ്ക്ക് കൊമ്പു മുളയ്ക്കുന്നുവോ? ഞാനാശ്ചര്യപ്പെട്ടു. ഒറ്റമുറിത്തടങ്കൽ ഭേദിച്ച് വീണ്ടും ആശുപത്രി യാത്രകളും വഴികണ്ടുപിടിക്കലും കുഞ്ഞിക്ക ഷണ്ടിയും കീറിമുറിക്കലും.

എല്ലാം കഴിഞ്ഞ് രണ്ടുമൂന്നു ദിവസം നാട്ടിലെ കൂട്ടുകാർക്കായി ഞാനെന്നെ പൊതുദർശനത്തിന് വച്ച ശേഷം വീണ്ടും തിരുവനന്ത പുരത്തേക്ക് മടക്കയാത്ര. പിന്നെ തടവുകാലത്തിന്റെ പകരം വീട്ടല കളമായി ആഘോഷത്തിന്റെ നാളുകളായിരുന്നു. IFFK ആരവങ്ങളും കഴിഞ്ഞ് അർബ്ബുദകാല പലായനത്തിന്റെ കൊടിയിറക്കത്തോടൊപ്പം നിനക്കും വിടപറയാൻ സമയമായിത്തുടങ്ങിയിരുന്നു.

തിരക്കിട്ട് നീയെനിക്കൊരു സമ്മാനവും കൂടി തന്നത് ഞാൻ മറക്ക നില്ല. കുടുംബസംഗമയാത്ര. ഒന്നൊന്നര കൊല്ലത്തോളം എനിക്കായി നീട്ടിവച്ച ആ യാത്ര ഇടുക്കിയുടെ സ്വച്ഛസുന്ദര മലയോരത്തെ തണ്ണ പ്പിലേക്കായിരുന്നു. അവിടെ നിന്ന് ഗവിയുടെ കൊടുംകാട്ടിലേക്കും. ഞങ്ങൾ ആഘോഷിച്ചല്ലസിച്ചു.

നന്ദി 2023, ഇത്രയേറെ അനുഭവങ്ങൾ സമ്മാനിച്ചതിന്, തളർത്താതെ കൂടെ നിന്നതിന്.

www.ingramcontent.com/pod-product-compliance
Lightning Source LLC
LaVergne TN
LVHW041703190726
843493LV00007B/1927